AF758948

ഗ്രീൻ ബുക്സ്

ഓർമ്മമരത്തണലിൽ

ദീപ്തി ഷജിൽ

തൃശ്ശൂർ ജില്ലയിലെ അടാട്ട് ജനനം.
വിദ്യാഭ്യാസം: ശ്രീ കേരളവർമ്മ കോളേജിൽനിന്ന്
മലയാളത്തിൽ ബിരുദം, ഭാരതീയ വിദ്യാഭവൻ
രാജേന്ദ്രപ്രസാദ് ഇൻസ്റ്റിറ്റ്യൂട്ട് ഓഫ് കമ്മ്യൂണിക്കേഷൻ
ആന്റ് മാനേജ്മെന്റ് തൃശ്ശൂർ കേന്ദ്രത്തിൽനിന്നും
ജേർണലിസത്തിൽ പി.ജി. ഡിപ്ലോമ.
ഇ-മെയിൽ: deepthics1985@gmail.com

ഓർമ്മമരത്തണലിൽ

ദീപ്തി ഷജിൽ

ഗ്രീൻ ബുക്സ്

green books private limited
gb building, civil lane road, ayyanthole,
thrissur- 680 003, kerala, ph: +91 487-2381066, 2381039
website: www.greenbooksindia.com
e-mail: info@greenbooksindia.com

branches:
thrissur 8589095302
thiruvananthapuram 8589095301
calicut 8589095307

malayalam
ormamarathanalil
memoirs
by
deepthi shajil

published may 2024

cover design : brandbeuro kochi

printed in india
manipal technologies ltd

isbn : 978-81-973342-7-6

GBPL/1359/2024

സമർപ്പണം

ഉള്ളിലൂറുന്ന വാക്കിന് അമ്മയെന്നൊരു
മടിത്തട്ടുണ്ടായിരുന്നെനിക്ക്.
അർത്ഥം ചികഞ്ഞ്, ആശയം കൊരുത്ത്
വരിയൊപ്പിക്കുമ്പോൾ
സംശയം ചോദിക്കുന്ന മനസ്സിന്
ഉത്തരം പകുത്തൊരു കാവലായി.
അനിവാര്യമായൊരു യാത്ര പറഞ്ഞ്
അമ്മ മടങ്ങിയപ്പോൾ
പലകാലമായി സ്വരുക്കൂട്ടിയതൊക്കെയും
ചേർത്തുവെച്ച് ഇതെന്റെ
അക്ഷര തിലോദകം.

ആമുഖം

പിന്നിട്ട കാലത്തിലേക്ക് തിരികേ നടക്കാൻ ഊന്നുവടിയായി കൂടെച്ചേർന്ന ഓർമ്മകളെ, ഊതിപ്പെരുക്കി മനസ്സോട് ചേർത്തതിനു ശേഷം മാത്രം എഴുതി പകർത്തി നിങ്ങളെ ഞാനിവിടെ സ്വതന്ത്രരാക്കട്ടെ.

ദീപ്തി ഷജിൽ

ഉള്ളടക്കം

ഓർമ്മക്കൂട്

പലതും ചിലതും

മുഖങ്ങൾ

ഓർമ്മക്കൂട്

തലമുറ കാക്കുന്നവർക്ക്

അന്തിത്തിരി വെച്ചു തല കുമ്പിടാറുള്ള കാവിൽ ചിത്രകൂടക്കല്ലുകൾക്കുള്ളിൽ നാഗരാജാവും നാഗയക്ഷിയുമായി കുലം കാത്തവരിരിപ്പുണ്ട്. ഇടയ്ക്കെങ്കിലും വന്നു കാണാത്തതിന്റെ പരിഭവമെന്നോണം പച്ചപ്പുല്ല് മൂടി സ്വയം മറഞ്ഞിരിക്കുമ്പോഴും കന്നിയിലെ ആയില്യമാവുമ്പോഴേക്കും പാലും നൂറും ഏറ്റുവാങ്ങാൻ ഞങ്ങളിവിടെ മിഴിവോടെ ഉണ്ടാകുമെന്ന് അവരെന്നോട് രഹസ്യമായി പറഞ്ഞുവോ?

പണ്ട്, ചിത്രകൂടക്കല്ലുകൾക്ക് പകരം വെറും വെട്ടുകല്ലിൽ മരച്ചുവട്ടിൽ സാന്നിദ്ധ്യമുണ്ടായിരുന്ന കാലത്തും ഇവരിങ്ങനെ പരാതികളും പരിഭവങ്ങളും പറയാറുണ്ടെന്ന് അമ്മൂമ്മ പറഞ്ഞ് കേട്ടിട്ടുണ്ട്. തിരിവെയ്ക്കാൻ ചെല്ലുന്നവർക്ക് മുമ്പിൽ സ്ഥാനം മാറി നീങ്ങി നീങ്ങി ഇരുന്ന് തങ്ങൾക്കൊരിരിപ്പിടം വേണമെന്നവർ നൽകിയ സൂചനകളുടെ ഫലമാണ് ഇന്നുള്ള കൽത്തറ കെട്ടിയ ഈ കാവ്. സർപ്പബലിയും പുണ്യാഹവും മുടക്കം വരാതെ പുലർത്തി പോന്ന സാഹചര്യങ്ങൾ പലതുകൊണ്ടും നിലവിലിന്നില്ലെങ്കിൽ പോലും സന്ധ്യയ്ക്കൊരു വിളക്കിന്നുമിവർക്ക് മുടങ്ങാതുണ്ട്.

ഓടിട്ട വീടിന്റെ മൂലോടു പതിച്ച വഴിയിൽ തല കീഴ്പോട്ടാക്കി കിടന്നും പടിഞ്ഞാറെ മുറ്റത്തൂടെ അരിച്ചിറങ്ങിയും തങ്ങളുടെ അവകാശങ്ങളെ ഓർമ്മപ്പെടുത്താൻ എന്നോണമിവർ ഇന്നുമൊരു പക്ഷേ, വരാറുണ്ടാകാം. വടക്കേ കോലായിലിരുന്നതു കണ്ട് കാര്യം പറയാൻ അമ്മൂമ്മ മാത്രമില്ലെങ്കിലും...

വിശ്വാസങ്ങൾക്ക് വേരുറച്ചതിവിടെ നിന്നാണ്. ഉള്ളറിഞ്ഞ വിളികളുടെ അവസാനവുമിവിടം തന്നെ. തലമുറ കാക്കുന്നവർക്കായി മനസ്സറിഞ്ഞെന്നും കരുതി വെയ്ക്കാറുള്ളൊരു 108 തിരിയിനി വീണ്ടുമൊന്നു തെറുക്കണം. അടിപതറാതിനിയും നടന്നു തീർക്കേണ്ട ദൂരങ്ങൾക്കായി....

■

ഒന്നാം മധുരം

ഇത്തിരി ചിരിച്ചും ഒത്തിരി കലഹിച്ചും പാതി കറുത്തും പതിയേ തെളിഞ്ഞും പെയ്തിറങ്ങുന്ന ഇടവമഴ നനഞ്ഞ് അമ്മയുടെ കയ്യും പിടിച്ച് ഞാനന്നാദ്യമായി ആ പടി കയറി, അക്ഷരമെന്ന വഴിയിലൂടെ അറിവെന്ന യാഥാർത്ഥ്യത്തിലേക്കുള്ള ആദ്യ ചുവട്. പിന്നെ, കേട്ടുപതിഞ്ഞ കഥകൾ നേരിട്ട് വായിച്ചറിയണമെങ്കിൽ ഇവിടെപ്പോകയല്ലാതെ നിവൃത്തിയില്ലെന്ന അമ്മയുടെ മുന്നറിയിപ്പും.

ചുണ്ടു കൂർപ്പിച്ച്, മിഴി നനച്ച്, പരിഭവം നിറച്ച ചില മുഖങ്ങൾ അവിടെ കണ്ട് ആദ്യമൊന്നു പതറിപ്പോയെങ്കിലും അംഗൻവാടി മുൻ പഠനപരിചയത്തിന്റെ ധൈര്യത്തിൽ നമുക്കിതൊന്നും പ്രശ്നമേയല്ല എന്നൊരു ഭാവം എടുത്തണിഞ്ഞ് മുന്നോട്ടുതന്നെ നടന്നു.

നിറഞ്ഞ് കായ്ച്ച് നിൽക്കുന്ന സപ്പോട്ട മരത്തോട് ചേർന്നുള്ള ഒന്നാം ക്ലാസ്സിൽ സമപ്രായക്കാരായ അമ്പതോളം പേരെ ക്രമത്തിലിരുത്തി വാര്യർ മാഷ് എന്തൊക്കെയോ പറഞ്ഞു. മുഴുവനും മനസ്സിലായില്ലെങ്കിലും മാഷുടെ അടുത്ത് നിന്നിരുന്ന സരസ്വതി ടീച്ചറാണ് സ്കൂളിലെ ഞങ്ങളുടെ അമ്മ എന്ന കാര്യത്തിൽ മാത്രം സംശയമില്ലാത്ത വിധം കാര്യങ്ങൾ സ്വയം അറിഞ്ഞു ബോധിച്ചു.

സ്കൂളിലാക്കി തിരിച്ച് പോകുന്ന അമ്മമാരെ നോക്കി ആർത്തലച്ചു കരഞ്ഞവരിൽ ഞാനുണ്ടായിരുന്നില്ല. എങ്കിലും ആദ്യ രണ്ടു ദിനങ്ങൾ മനസ്സിൽ കുഞ്ഞൊരു വിഷമമില്ലായിരുന്നെന്ന് പറഞ്ഞാൽ അത് നുണയാകും. 'തറയും പറയും' കൈയ്യിൽ നിന്നും തെക്കും, വടക്കും പാളുമ്പോൾ മെയ് വഴക്കത്തോടെ അടുത്തു നിർത്താനുള്ള കുറുക്കുവഴിയുമായി സരസ്വതി ടീച്ചർ അരികിലെത്തും. കണക്കിനോട് കണക്കറ്റ ആരാധന അന്നേ ഉണ്ടായിരുന്നതു കൊണ്ട്, അക്കങ്ങളോടെന്നെ ബന്ധിപ്പിക്കാൻ അമ്മയോളം ടീച്ചർക്കുമായില്ല.

ഇടവേളകൾ 'കൊറ്റംകുത്തിയും' 'വട്ടം വട്ടം നാരങ്ങയും' കയ്യടക്കിയപ്പോൾ, ഒന്നാം ക്ലാസ്സിനോട് ചേർന്നുള്ള അമ്മുവേച്ചിയുടെ

കഞ്ഞിപ്പുരയിൽ നിന്നും ചെറുപയറിന്റെ ഗന്ധം ഏതു വിഭവസമൃദ്ധ മായ സദ്യയുടെയും രുചിയെ കവച്ചു വെച്ചു. വീട്ടിൽ നിന്ന് ഭക്ഷണം കൊണ്ടു പോകുന്നതുകൊണ്ട് ഉച്ചക്കഞ്ഞി എന്നും വിദൂര സ്വപ്ന മായിരുന്നു. ഇതിനിടയിലും കൊണ്ടുപോയതിൽ പാതി കൂട്ടുകാർക്ക് കൊടുത്തു. ചെറുപയറുകറി വിളമ്പുന്ന ടീച്ചർക്കരികിൽ ഞങ്ങളിൽ ചിലർ തിക്കിത്തിരക്കും. കുഞ്ഞൻ പിഞ്ഞാണത്തിൽ അവരൊഴിച്ച് തന്നിരുന്ന ആ കറിയുടെ രുചി കാലങ്ങൾക്കിപ്പുറവും നാവ് മറന്നി ട്ടില്ല.

കള്ളിച്ചെടികൊണ്ട് സ്ലേറ്റ് മാച്ച്, കമ്മ്യൂണിസ്റ്റ്പച്ച കൊണ്ട് മുറിവുണക്കി, സ്കൂൾ മുറ്റത്തെ നെല്ലിയും പുളിയും പ്രിയൂരും സപ്പോട്ടയും എറിഞ്ഞു വീഴ്ത്തി, വെള്ളത്തിലിട്ടതും അല്ലാത്തതു മായ വറുത്ത പുളിങ്കുരുവും ചുട്ടെടുത്ത അണ്ടിപരിപ്പും വീട്ടിൽ നിന്ന് പൊതിഞ്ഞെടുത്ത്, പരസ്പരം പങ്കിട്ടെടുത്തവരിൽ ഞങ്ങളു മുണ്ട്.

വൈകീട്ട് നാലു മണിയുടെ നീണ്ട ബെല്ലടിച്ചാൽ ഒരോട്ടമാണ്. തൊട്ടടുത്തുള്ള ബാലവാടിയിലെ സൂചി ഗോതമ്പുപ്പുമാവിന് പൊടി യനി ഇലപൊട്ടിച്ച് വരിനിൽക്കാനാണ് ധൃതിയിലുള്ള ആ പോക്ക്. വഴിയിൽനിന്ന് കിട്ടുന്ന ബദാം കല്ലുകൊണ്ട് കുത്തി പൊട്ടിച്ച്, വീണു കിടക്കുന്ന മാങ്ങയും പുളിയും പെറുക്കി വീട്ടിലെത്തും വരെ പിന്നെ യൊരു മേളമാണ്.

അലുമിനിയപ്പെട്ടിയിൽ പുസ്തകങ്ങളുമായി വരാറുള്ള ജോസഫും അബിതയും വീട്ടുവിശേഷങ്ങൾ പറഞ്ഞു തീരാത്ത ആൻസി, അനുജന്മാരെക്കുറിച്ച് പറഞ്ഞ് സെൽമയും വിനിതയും പിന്നെ ഒറ്റ മനസ്സോടെ അപ്പുവും ആശയും ഞാനും ഒരേ പേരി ലുള്ള പലരടക്കം അരുണും ഷിബുവും സുധീഷും സൗമ്യയും നിഷയും കവിതയുമൊക്കെ നിറഞ്ഞ ക്ലാസ്സ് മുറിയിൽ വർഷമാറ്റ മനുസരിച്ച് പാർവ്വതി ടീച്ചറടക്കം അധ്യാപകരും മാറി വന്നു.

അദ്ധ്യയനത്തിന്റെ ആദ്യഘട്ടമവസാനിപ്പിച്ച് അഞ്ചാംക്ലാസ്സിൽ മറ്റൊരു വിദ്യാലയത്തിൽ, പുതിയ സൗഹൃദങ്ങളും ശീലങ്ങളുമായി പലരും പലയിടത്തുമായെങ്കിലും മനസ്സുകൊണ്ട് ഞാനുമവരും ഇന്നുമവിടേക്ക് തിരിച്ച് നടക്കാറുണ്ടെന്ന് നിസ്സംശയം പറയട്ടെ.

അമ്പലമുറ്റം കടന്ന്, മണ്ണാത്തിക്കേറ്റം കേറി കുണ്ടനിപറമ്പിനരി കിലൂടെ അമ്മയുടെ കയ്യും പിടിച്ച് ഒരൊന്നാം മധുരം നുകരാൻ ഓർമ്മകളിലിന്നും ഞാനെന്റെ വിദ്യാലയത്തിന്റെ പടി കയറുന്നു.

■

അച്ഛൻ

പെരിയാറിന്റെ കൈവഴികളിലൂടെയുള്ള ഈ യാത്ര തുടങ്ങിയിട്ട് സമയം കുറച്ചായി. നിമിഷങ്ങൾക്കുള്ളിൽ ഞങ്ങളവിടെ എത്തും എന്ന് ഭർത്താവിന്റെ മുഖം സൂചിപ്പിക്കുന്നുണ്ട്. ഹൃദയമെന്തിനോ ക്രമാതീതമായി പെറുമ്പറ മുഴക്കുന്നു. ഈ വഴി അവസാനിക്കുന്നിടം എന്നെയും കാത്തൊരാളുണ്ട്.

'അച്ഛൻ'

കാൽപതിറ്റാണ്ടിന്റെ കാൽപ്പെരുമാറ്റങ്ങളിലെവിടെയും കണ്ടു ശീലിച്ചിട്ടില്ലാത്ത ആ മുഖം എനിക്കെന്നും നിറം മങ്ങിത്തുടങ്ങിയൊരു വിവാഹച്ചിത്രം മാത്രമാണ്.

പരിഭവങ്ങളിൽ കാലുഷ്യം കലർന്ന നാളുകളിൽ പരസ്പരം പിരിഞ്ഞവർക്ക് കൂടിച്ചേരാൻ കാലം പല രൂപത്തിലും അവസരമൊരുക്കാതിരുന്നില്ല. പക്ഷേ, പിണക്കങ്ങളുടെ കാണാച്ചരടിൽ മറ്റാർക്കുമറിയാത്ത കാരണങ്ങൾ കോർത്ത് അവരെന്നും ഇരുധ്രുവങ്ങളിൽ മാത്രം പരതി. നിഴലോർമ്മ പോലുമില്ലാത്ത അച്ഛനഭാവത്തിലും സ്നേഹം പൊതിഞ്ഞ് അമ്മക്കിളിക്കൂട് സാന്ത്വനമേകിയപ്പോൾ ഒരിക്കലും ജന്മബീജത്തിന്റെ ഉറവിടം തേടിപ്പോകേണ്ടി വന്നില്ല. മകളുടെ വിവാഹം ക്ഷണിക്കാൻ ചെന്ന അമ്മാവനോട്

'അവൾ നേരിട്ട് വന്ന് പറയട്ടെ' എന്ന് ദൂതറിയിച്ച അച്ഛനോട് തോൽക്കാനാനെനിക്ക് മനസ്സില്ലായിരുന്നു.

കല്യാണത്തിന് അച്ഛൻ വരുമോ സ്ത്രീധനമെത്ര നൽകും എന്ന് ചോദിച്ച വിവാഹക്കമ്പോളത്തിൽ, കാഴ്ചവസ്തുവായി നിർത്താതെ കൈ പിടിക്കാൻ ആണൊരുത്തൻ വന്നതുകൊണ്ടുതന്നെ ആത്മാഭിമാനമൊരിക്കലും പണയം വയ്ക്കേണ്ടിയും വന്നില്ല. അപ്പോഴും കഥ പിന്നെയും തുടർന്നു...

വീടെത്താറായി

ആ ശബ്ദമാണ് ഓർമ്മകളിൽ നിന്നുണർത്തിയത്

പുഴയവസാനിച്ചിടത്ത് മണൽനിറഞ്ഞൊരു മുറ്റം കാണാം. പടി കയറി ചെല്ലുമ്പോൾ അന്നോളം ആ രക്തബന്ധത്തിലെനിക്ക് ചെറുതായെങ്കിലും പരിചിതരായ രണ്ടുപേർ വന്ന് ഞങ്ങളെ അകത്തേക്ക് ക്ഷണിച്ചു. മരണം കാത്തു കിടക്കുന്നവനെ കാണാൻ മടിയിലൊരു മകനുമായി കയറിച്ചല്ലുമ്പോൾ, ഓർമ്മ കൈവിട്ട ആ മനസ്സൊന്നോടു ചോദിച്ചു.

"കുട്ടി ഇപ്പോ എന്തിനാ പഠിക്കുന്നേ?"

ഓർമ്മ വെച്ച കാലം മുതൽ അച്ഛനെ കണ്ടിട്ടില്ലാത്ത മകളോട് ബോധമനസ്സകന്ന അച്ഛനിൽ നിന്നും ആദ്യമായും അവസാനമായുമുണർന്ന ക്ഷേമാന്വേഷണം.

തിരികെ ഉള്ള യാത്രയിൽ മനസ്സ് ശാന്തമായിരുന്നു.

കർമ്മബന്ധം മറന്ന അച്ഛനോട്, ജന്മബന്ധത്തിന്റെ കടമയുണ്ടെന്നോർമ്മിപ്പിച്ചവന്റെ ചുമലിൽ ചാരി കണ്ണടച്ചിരിക്കുമ്പോൾ മനസ്സിലിന്നച്ഛനോടെനിക്ക് പരിഭവമേതുമില്ല. ഒരുകാലത്തും ഭർത്താവിനെ പഴിചാരാത്ത അമ്മയും എന്റെ തൊട്ടടുത്തിരുന്ന് ദീർഘനിശ്വാസം വിടുന്നുണ്ടായിരുന്നു. പിന്നീട്, അധികം വൈകാതെ തെക്കേത്തൊടിയിലെ മാവിൻചുവട്ടിൽ അഗ്നിനാളങ്ങളാലേറ്റു വാങ്ങപ്പെടുന്ന അച്ഛനെ കാണാൻ ഞാൻ വീണ്ടുമവിടെയെത്തി.

എല്ലാത്തിനുമൊടുവിൽ, തൂക്കമുള്ള പണപ്പെട്ടി പങ്കിട്ടപ്പോൾ, ബാക്കി വന്ന മിച്ചം തുച്ഛമായി ഭാര്യയ്ക്കും മകൾക്കും വീതം വെയ്ക്കാൻ ഉറ്റവർ തിരക്ക് കൂട്ടി. അന്നോളം ലഭിക്കാതെ പോയ സ്നേഹംപോലും കടമായി നിൽക്കെ, നോട്ടുകളുടെ എണ്ണം തിരയാൻ ഞങ്ങൾക്കു പക്ഷേ ധൃതിയില്ലായിരുന്നു.

പാതിയായവളെ പകുതി വഴിയിൽ കൈവിട്ടെങ്കിലും അറിഞ്ഞോ അറിയാതെയോ അദ്ദേഹം കൂട്ടിവെച്ച വിയർപ്പിന്റെ ഫലം ശിഷ്ട കാലം തീർക്കാൻ കരുതലായി അമ്മയ്ക്കിന്നു കൂട്ടിനുണ്ട്. തെറ്റ് അതാരുടേതായിരുന്നു. എനിക്കറിയില്ല. പറഞ്ഞു തീർക്കാത്ത പരിവേദനങ്ങളിൽ സ്വയമുരുകി തീർത്ത അച്ഛനമ്മമാർ മാത്രമാണതിന് കാരണമെന്ന് ഞാൻ വിശ്വസിക്കുന്നില്ല. ചില്ലറ ദുരഭിമാനങ്ങളും കൊച്ചുപിണക്കങ്ങളിൽ വലിയ തുടക്കങ്ങൾ മെനഞ്ഞ ചില സ്വന്തബന്ധങ്ങളും കൂടിചേർന്ന് വഴി പിരിച്ചതുമാവാം.

ഇന്ന്, ഒന്നിനും ആരുടെ മുൻപിലും തല കുനിക്കാനിടം കൊടുക്കാതെ, മകനെ ചേർത്ത് പിടിക്കുന്നൊരച്ഛനോടൊത്ത് കാലം പങ്കിടുമ്പോൾ, നഷ്ടങ്ങളുടെ കണക്ക് പുസ്തകം തുറന്ന് വെച്ച് ഇടയ്ക്കെങ്കിലും ഞാനുമെന്റെ അച്ഛനെ തിരയുന്നു.

■

ഒരു പ്ലാവിലക്കുമ്പിളിന്

ചിലതിങ്ങനെ മുമ്പിലെത്തുമ്പോൾ പലതായി ഓർമ്മയിന്നും പിറകിലേക്ക് പായും. അവിടെ ഒരിടക്കാലത്തോളം ഒപ്പമുണ്ടായിരുന്നവരുണ്ട്. അകന്നു പോയപ്പോഴും നമുക്കായവർ ബാക്കി വെച്ച ചില ശീലങ്ങളും. നിറം മങ്ങിയ കുപ്പിക്കിണ്ണത്തിൽ ഇത്തിരി കുത്തരി കഞ്ഞി വിളമ്പണം. കണ്ണിമാങ്ങയും ഉള്ളിയും മുളകും ചേർത്തരച്ച ചമ്മന്തി തൊട്ടു കൂട്ടണം. പിന്നെ, ആറാത്ത കനലിൽ ആവോളം പാകത്തിൽ ചുട്ടെടുത്ത പപ്പടം അരികിലും വേണം. കുമ്പിളുകുത്തിയൊരു പ്ലാവിലയുടെ അകമ്പടിയുമായാൽ ഊണ് ബഹുകേമമാണ് പറഞ്ഞതാരൊക്കെയായിരുന്നു?

വരിക്കപ്ലാവിന്റെ ചുവട്ടിൽ വീണു കിടക്കുന്ന മൂത്ത പ്ലാവിലയും തെക്കേ മുറ്റത്തെ ചാഞ്ഞ തെങ്ങിന്റെ തൂങ്ങി നിൽക്കുന്ന ഓലയിൽ നിന്നും ചീന്തി എടുത്ത ഈർക്കിലിയും കൂട്ടി നിത്യം പ്ലാവിലക്കുമ്പിളൊരുക്കിയിരുന്ന അമ്മൂമ്മയോ അതോ? ഇത്തിരിയിലൊതുങ്ങാത്ത ഒത്തിരി ഇഷ്ടത്തോടെ ആ കഞ്ഞിയെന്നും മുക്കി കുടിക്കാറുള്ള അമ്മാവനോ? അതുമല്ലെങ്കിൽ, നീളമുള്ള തൂക്കുപാത്രത്തിൽ ഉച്ചക്കഞ്ഞിയുമായി പറമ്പിലെ പണികൾക്കായെത്തുന്ന കുഞ്ഞയ്യപ്പനോ. പിന്നെയും ആരൊക്കെയോ ഉണ്ടായിരുന്നല്ലോ.

പനിച്ചൂടിന്റെ കുളിരിലും മടിപിടിക്കുന്ന പകലിലും നമ്മുടെ അടുപ്പിലിപ്പൊഴും കഞ്ഞി പുകയാറുണ്ടാകും. കുമ്പിളു കുത്തി കുടിക്കാൻ മാത്രം ഒരു പ്ലാവിലക്കാലമൊന്നുമിനി തിരികെ വരില്ലെങ്കിലും...

■

ഇടവപ്പാതി

പതികാലത്തിൽ തുടങ്ങി ചെമ്പടയിൽ അവസാനിച്ചിരുന്ന ഇടവപ്പാതിയുടെ മേളപ്പകർച്ചകൾക്ക് കാതോർത്തിരുന്നൊരു കുട്ടിക്കാലം എനിക്കുമുണ്ടായിരുന്നു. ചരലുവാരിയിട്ട പോലെ ഓടിൻ മുകളിൽ വന്ന് പതിച്ചിരുന്ന മഴയുടെ ശബ്ദവിന്യാസങ്ങൾക്കൊപ്പം മയക്കം പിടിച്ചിരുന്ന രാവുകൾ ഇന്നോർമ്മ മാത്രമാണ്. ഉപ്പുമാങ്ങയിൽ ചുന്യമുളക് ചേർത്തുടച്ചതും അമ്മയുടെ പ്രത്യേക മഴക്കാല വിഭവമായ താളുകറിയും (ചേമ്പിന്റെ ഇല കൊണ്ടുള്ളത്) ചെറു ചൂടുള്ള ചോറിൽ ചേർത്ത് കഴിച്ചിരുന്ന രാത്രികളുടെ സമ്പൂർണ്ണതയെന്നോണം ഇടവമാസപ്പെരുംമഴയുടെ താളപ്പെരുക്കങ്ങൾ കൂടി ചേർന്ന രാവിന് ഒരിക്കലും പറഞ്ഞു തീരാത്ത സൗന്ദര്യമായിരുന്നു.

രാവിലെ ഉറക്കമുണരുമ്പോഴും മഴ, സർവ്വപ്രതാപത്തോടെ തുടരുന്നുണ്ടാകും. പല്ലു തേയ്ക്കാനായി വടക്കേ ഇറയത്തെ അമ്മിക്കല്ലിനോട് ചേർന്നുള്ള പൈപ്പിൻ ചുവട്ടിലെത്തുമ്പോൾ മഴത്തുള്ളികൾ തൂവാലയുടെ രൂപത്തിൽ മുഖത്തെത്തഴുകി കടന്നു പോകും. അന്നേരത്തെ തണുപ്പ് കുറച്ചു നേരം കൂടി പുതപ്പിനടിയിൽപ്പതുങ്ങാനുള്ള മോഹം മനസ്സിലുണർത്തുമെങ്കിലും പഠനദിനങ്ങളെ ഓർമ്മപ്പെടുത്തി അമ്മയുടെ ശബ്ദം അടുക്കളയിൽ നിന്നുയരുന്നതോടെ എന്റെ 'മഴമടി'കളോട് ഞാൻ വിട പറഞ്ഞിരിക്കും.

പിന്നീടൊരോട്ടമാണ് അമ്പലക്കുളത്തിലേക്ക്, കുളി കഴിഞ്ഞ് തിരിച്ചെത്തി പുസ്തകം തുറന്നെന്ന് വരുത്തി അമ്മൂമ്മ വിളമ്പിയ പ്രഭാത ഭക്ഷണവും കഴിച്ച് സ്കൂളിലേക്ക് പുറപ്പെടുമ്പോഴും മഴ പുറത്ത് പെയ്ത് തിമിർക്കതന്നെയാവും.

പാതി നടന്നും ബസ്സിൽ തിക്കിതിരക്കിയും മുഴുവനായും നനഞ്ഞ യൂണിഫോമുമായി സ്കൂളിലെത്തുമ്പോഴേക്കും ശരീരമാകെ തണുത്തുറഞ്ഞിരിക്കും. അരുണ ടീച്ചറുടെ വൈലോപ്പിള്ളിക്കവിതയിൽ മുഴുകി, ഗണിത ശാസ്ത്രത്തിന്റെ ഊരാക്കുടുക്കുകളഴിച്ച്, ശാസ്ത്ര പാഠങ്ങളുടെ കാണാക്കയങ്ങൾ താണ്ടി, പുരുഷ-സ്ത്രീ ലിംഗ

ഭേദങ്ങളുടെ നാമാവലി ചൊല്ലി സതി ടീച്ചറുടെ സംസ്കൃത ക്ലാസ് അവസാനിക്കുമ്പോഴേക്കും സ്കൂളിൽ നിന്ന് തിരികെ വീട്ടിലെത്തിക്കാനുള്ള മഴ എന്നുമെന്ന പോലെ പടിക്കൽ കാവലുറപ്പിച്ചിട്ടുണ്ടാകും.

നനഞ്ഞ് കുതിർന്ന് വീട്ടിലെത്തി ഉടുപ്പുമാറ്റി അടുക്കളയിലെത്തുമ്പോൾ അവിലു വിളയിച്ചതോ ഇലയടയോ ഒക്കെ ആയി അമ്മൂമ്മ മുൻപിലെത്തിയിരിക്കും. ഇതോടൊപ്പം ഒരു ഗ്ലാസ്സ് കട്ടൻ ചായ കൂടി ചേരുമ്പോൾ മനസ്സിലെ മഴയ്ക്ക് സ്വാദേറും.

സന്ധ്യാദീപം കത്തിച്ച് പാമ്പിൻ കാവിലെത്തിയാലോ ചിരാതിൽ നിറയെ വെള്ളം കാണാം. അത് തുടച്ച് കളഞ്ഞ് എണ്ണയൊഴിച്ച് തിരിയിട്ട് കത്തിച്ച് മടങ്ങുമ്പോഴേക്കും മഴ വീണ്ടും പെയ്ത്തു തുടങ്ങിയിട്ടുണ്ടാകും. അമ്മയോട് ചേർന്ന് അക്ഷരങ്ങളുമായി മൽപിടുത്തം നടത്തുമ്പോൾ ഇടിമുഴക്കങ്ങളുടെ അകമ്പടിയോടെ കരണ്ടിന് അവധി പ്രഖ്യാപിച്ച് കക്ഷി വീണ്ടുമെത്തും. ചിമ്മിനി വിളക്കിന്റെ ആട്ടക്കലാശങ്ങൾക്കൊടുവിൽ, 'ഇന്നത്തെ പഠിപ്പു നിർത്തി' എന്നമ്മ പ്രഖ്യാപിക്കുന്നതോടെ വീണ്ടുമൊരു മഴരാവിന്റെ നനുത്ത നിസ്വനത്തിനായുള്ള കാത്തിരിപ്പായി. പിന്നീടിന്നോളം ഇടവപ്പാതികളേറെ വന്നുപോയി. അധികാരമാറ്റത്താൽ തറവാടും കാലഗതിയിൽ അമ്മൂമ്മയും യാത്ര പറഞ്ഞകന്നു. നരവീണ മനസ്സുമായി 'അമ്മ' അകത്തളത്തിലൊതുങ്ങിയിട്ടും നാളേറെയായി.

പാതിവഴിയിലെവിടെയോ ആത്മബന്ധം കൈവിട്ടു പോയെങ്കിലും ഞാനിന്നും മഴ നനയുന്നു.

ഓർമ്മകളിലെ മഴ

ഒരിടവപ്പെരും മഴ...

■

ഒരു വേനൽച്ചിന്ത്

ഒരവധിക്കാലപ്പെരുക്കം കൊട്ടിക്കയറുന്ന മനസ്സിലിന്നും മധുരമുറ്റിയൊരു ബാല്യമുണ്ട്. മീനച്ചൂടിലലിഞ്ഞ്, മേടപ്പുലരിയുടെ വിഷുക്കണി കണ്ട് ഇടവമഴയുടെ താളതുടക്കങ്ങളിലവസാനിച്ചിരുന്നൊരു വേനലൊഴിവുകാലം.

കൊല്ലപ്പരീക്ഷയെന്ന കടമ്പ കടന്ന്, പഠനച്ചൂടിന്റെ പിരിമുറുക്കങ്ങളകന്ന അറുപത് ദിനങ്ങൾക്കെന്നും ഒരു ഉത്സവച്ഛായയുണ്ടായിരുന്നു. അടയാളവാക്യങ്ങൾ പോലെ ഓരോ ഒഴിവു കാലങ്ങളും തന്നിലവശേഷിപ്പിച്ച ഓർമ്മകൾക്ക് പുനരാവർത്തനങ്ങളുടെ കൃത്യതയുണ്ടായിരുന്നുവെന്ന് തോന്നുമ്പോഴും. അതൊരിക്കലും നമ്മെ മടുപ്പിച്ചിരുന്നില്ലെന്ന യാഥാർത്ഥ്യവും മറക്കവയ്യ.

വയ്ക്കോലു കൂട്ടിയിട്ട നാട്ടുവഴികളിലൂടെ, പുഴുങ്ങിയ നെല്ലിന്റെ മണം പരത്തുന്ന, ചാണകം മെഴുകിയ വീട്ടുമുറ്റം കടന്ന് അടുക്കളയിലെത്തിയാൽ ശീലയിട്ടു മുറുക്കി കെട്ടി വെച്ച കടുമാങ്ങാഭരണികൾ കാണാം. വട്ക്കോറത്തെ വരാന്തയുടെ മൂലയ്ക്കലാണെങ്കിൽ മൂവാണ്ടൻ മാങ്ങ പഴുത്തത് കൂട്ടിവെച്ചിട്ടുണ്ടാകും. ആവശ്യക്കാർക്കത് മുറിച്ച് കഴിച്ചാൽ മാത്രം മതി.

പടിഞ്ഞാറെ പറമ്പിലെ വരിക്കപ്ലാവിലെ ചക്കകാരൂളു നോക്കി മൂത്തുവെന്ന് ഉറപ്പു വരുത്തിയാൽ പിന്നെ അന്നത്തെ പ്രധാന വിഭവം ചക്ക എലിശ്ശേരി തന്നെ. കുറച്ചെടുത്ത് പുഴുങ്ങി കൊണ്ടാട്ടമുണക്കാനും വീട്ടിലുള്ളവർ മറക്കാറില്ല. മാങ്ങാത്തെരയും മാമ്പഴപുളിശ്ശേരിയും ചക്കക്കുരുവും കുമ്പളപ്പവും അവധിക്കാല വിഭവവിവരപട്ടികക്കെന്നും നാട്ടുരുചിയുടെ തനതു സ്വാദായിരുന്നു.

സമപ്രായക്കാരായ പെൺകുട്ടികളധികം വീടിനടുത്തില്ലായിരുന്നതു കൊണ്ടു തന്നെ മുതിർന്ന ഏട്ടന്മാരുടെ കൊച്ചനുജത്തിയായി അവരുടെ കൂടെയായിരുന്നു കുട്ടി കുസൃതികളുടെ കളിമേളങ്ങളെന്നും. 'കൊറ്റംകുത്തിയും' 'കള്ളനും പൊലീസും' 'ഒളിച്ച പ്രാന്തിയും'

പേരുകളങ്ങനെ പലതുമായിരുന്നു. കല്ലുമതിലുകൾ അതിരു കയ്യേറാതിരുന്നതിനാൽ, മുള്ളുവേലികൾ ചാടിക്കടന്ന് അയൽവക്കബന്ധത്തിന്റെ ഇഴയടുപ്പം തിരയുന്നതിൽ അക്കാലമൊരിക്കലും ഞങ്ങൾക്ക് അതിർവരമ്പും പണിതിരുന്നില്ല.

ബന്ധുവീടുകളുടെ ബാഹുല്യമില്ലാതിരുന്നതിനാൽ യാത്രകളുടെ കഥ പറയാനേറെയില്ല. എങ്കിലും അടുത്ത വീട്ടിലെ ബാലരമയും കുറച്ച് മുതിർന്നപ്പോൾ വായനശാലയും തന്ന അക്ഷരങ്ങളുടെ ലോകം ഏത് കുറവുകളും നികത്താൻ പോന്നതായിരുന്നു. ഞായറാഴ്ചയിലെ ഏക ദൂരദർശൻ സിനിമയും അതു കാണാനായി സ്ഥലം പിടിയ്ക്കാനുള്ള മനയ്ക്കലെ, ഇറയത്തെ തിക്കിതിരക്കലും ഒരൊഴിവുകാലത്തിന്റെ മായാത്ത ചിത്രം മനസ്സിലിന്നും തീർക്കുന്നു.

മുതിർന്ന ക്ലാസ്സിലുള്ളവരുടെ പുസ്തകം വാങ്ങി അടുത്ത വർഷത്തെ അദ്ധ്യയനത്തിന് അമ്മ തന്നെ വിദ്യാരംഭം കുറിക്കുന്നതോടെ എന്റെ വേനലവധികൾക്കും വിരാമമാകും. ചെറിയൊരു ഇടിമുഴക്കത്തിന്റെ അകമ്പടിയോടെ ആദ്യമെത്തുന്ന വേനൽമഴയിലെ ആലിപ്പഴം പെറുക്കി, പിന്നെ മറ്റൊരവധിക്കാലത്തിലുള്ള കാത്തിരിപ്പായി. കൂട്ടിന് കയ്യിൽ പുത്തൻ പാഠപുസ്തകത്തിന്റെ ഗന്ധവുമുണ്ടാകും. മാനം കാണാതെ കാത്തു വെച്ച മയിൽപ്പീലിത്തണ്ടു പോലെ ഓർമ്മകളുടെ ആ അവധിക്കാലത്തെ പുസ്തകത്താളിൽ ഭദ്രമായിപ്പോഴും ഞാൻ അടച്ചു വെയ്ക്കുന്നു.

മറവി പൂകാത്ത കാലത്തോളം മനസ്സിലിട്ടു പെറ്റു പെരുക്കാൻ....

■

നല്ലച്ചൻ

അക്ഷരമുറയ്ക്കുന്ന നാവ് 'അച്ഛ'നെന്ന് വിളിച്ച് തുടങ്ങിയ കാലത്ത് ജന്മം കൊണ്ടല്ലാതെ എന്നെത്തേടി വന്ന സ്നേഹ പിതൃത്വത്തിന് കാലം യാത്ര ചൊല്ലിയിട്ടേറെ ആയി. വാത്സല്യത്തിന്റെ അതിമധുരം തുളുമ്പുന്ന ചൊൽവിളികൾക്ക് കാതോർത്തിരുന്ന ബാല്യത്തിൽ അളവിലുമധികമതു നൽകി അകന്നു പോയ ആ ആത്മാവിന് മനസ്സിലിന്നും ഞാനാണ്ടു ബലിയിടാറുണ്ട്. പാടവരമ്പിലെ പുൽക്കൊടികളോട് കിന്നാരം പറഞ്ഞ്, തുമ്പിയെ പിടിക്കാൻ എനിക്കു മുൻപേ ഓടിക്കിതച്ച്, കുഞ്ഞുവായിൽ മുറുക്കാൻ വച്ചു തന്നതിന് പഴി പറയുന്നവരോട് എതിർവാക്ക് പറയാതെ കണ്ണിറുക്കി കാണിച്ചിരുന്ന കൂട്ടുകാരൻ. സ്ഥാനം കൊണ്ട് 'വല്ല്യച്ഛ'നെങ്കിലും ജന്മകർമ്മ ബന്ധങ്ങൾ മറന്നകന്ന സ്വന്തം പിതൃത്വത്തെ ഓർക്കാതിരിക്കാൻ പഠിച്ചത് പകരം വെയ്ക്കാനാകാത്ത ഈ സ്നേഹത്തിൽ നിന്നായിരുന്നു.

രണ്ടാം ശനിയാഴ്ചകൾ കാത്തിരിപ്പിന്റേതാണ്. ചന്ദനനിറത്തിലുള്ള ബാഗും തൂക്കി നടന്നു വരുന്ന ആളേയും കാത്ത് മനയ്ക്കലെ പടിക്കലേക്ക് കണ്ണും നട്ടിരുന്ന എത്രയോ ദിനങ്ങൾ...

പലഹാരപ്പൊതികളുടെ നറുമധുരം നുണഞ്ഞ് നാളത്തെ അവധി ദിനയാത്രയുടെ സ്ഥല വിവരപട്ടിക തയ്യാറാക്കി ഉറങ്ങാൻ കിടക്കുമ്പോഴേക്കും രാത്രി ഏറെയായിട്ടുണ്ടാകും. ഒന്നിടവിട്ട മാസങ്ങളിലുള്ള കാഴ്ചബംഗ്ലാവ് സന്ദർശനം ഞങ്ങൾക്കൊരു ശീലമാണ്. അവിടെ മിണ്ടാപ്രാണികളോടൊപ്പം നമ്മളെ കാത്ത് മറ്റൊരാളുമുണ്ടാകും. 'ഭാസ്കരേട്ടൻ' തറവാട്ടിലെ ദേവുഓപ്പോളുടെ ഭർത്താവ്. കാഴ്ചബംഗ്ലാവ് ജീവനക്കാരനായ അദ്ദേഹത്തോട് കുശലം പറഞ്ഞ്, കൂടെയിരുന്നൊരു ചായയും കൂടി കുടിച്ച് പിരിയുമ്പോഴേക്കും നേരം ഉച്ചയായിരിക്കും. തുടർന്ന് മുനിസിപ്പൽ സ്റ്റാന്റിലെ 'രാധാകൃഷ്ണയിൽ' നിന്നൊരു മസാലദോശ കൂടി കഴിച്ച് വീട്ടിലെത്തുമ്പോൾ ഏകദേശം സന്ധ്യയാകാറായിട്ടുണ്ടാകും.

മണ്ണ് കുഴച്ച് കൂട്ടി തൃക്കാക്കരപ്പനെ ഉണ്ടാക്കാൻ പഠിപ്പിച്ചതും തട്ടകത്തെ പൂരത്തിന് എന്നെയും തോളത്തേറ്റി തായമ്പകയ്ക്ക് താളം പിടിച്ചതും ഓലപ്പടക്കവും കമ്പിത്തിരിയും മത്താപ്പുമെല്ലാം കണ്ണോരം നിറഞ്ഞ വിഷുക്കാലവും മനസ്സിലിപ്പോഴും ആർത്തിര മ്പുന്നു. ആണ്ടറുതികൾക്ക് ആഘോഷപ്പൊലിമയുടെ ആത്മാവ് പകർന്നൊരു കാലം പിന്നീടിന്നോളം എന്നെത്തേടിയെത്തിയിട്ടില്ല. ആകാശനീലവർണ്ണത്തിലൊരു പട്ടുപാവാട ഓണക്കോടിയായി നൽകി രണ്ടരപ്പതിറ്റാണ്ടു മുൻപൊരു കർക്കടകനാളിൽ അവസാന യാത്ര പറയുമ്പോൾ എന്നന്നേക്കുമായൊരു കാഴ്ചയകലലാണ തെന്നറിഞ്ഞിരുന്നില്ല.

ഭസ്മം തൊട്ട്, കോടി പുതച്ച് തറവാടിന്റെ തെക്കെ കോലാ യിൽ തനിയെ കിടന്നപ്പോൾ കൂട്ടിരിക്കാൻ ഞാനുമുണ്ടായിരുന്നു..

'കുഞ്ഞുമോളേ' എന്നൊരു വിളിക്കു കാതോർത്ത്...

ഏട്ടനും ചേച്ചിക്കും മുൻപേ ആ മടിയിൽ സ്ഥാനം പിടിക്കാൻ, പഠിക്കാത്തിന് ശകാരവർഷവുമായെത്തുന്ന അമ്മയെ പേടിച്ച് പിന്നിലൊളിക്കാൻ, വല്ല്യച്ഛനെന്ന് വിളിച്ച് ശീലിച്ചിട്ടില്ലാത്ത നാവു കൊണ്ട് അച്ഛനെന്നൊരിക്കൽ കൂടി ഉറക്കെ വിളിക്കാൻ ഞാനവിടി രിക്കണമായിരുന്നു.

കണ്ണീരുപ്പുകലരാത്ത മനസ്സുമായി

അച്ഛനുണരുന്നതും കാത്ത്.... ■

ഒരമ്മപ്പിടി

ചില ഇഷ്ടങ്ങൾക്ക് അടിവരയിടാൻ പ്രായത്തിനോ കാലത്തിനോ ആയെന്നു വരില്ല തന്നിലെയാ കുഞ്ഞുസൂക്ഷിപ്പുകളെ അറിഞ്ഞോ അറിയാതെയോ ചിലരാവർത്തിക്കുന്നതുകൂടി കാണുമ്പോൾ, വീണ്ടും ആ ഇന്നലെകളെ പൊടിതട്ടിയെടുക്കാൻ മനസ്സേറെ ധൃതി കൂട്ടാറുണ്ട്. പടിഞ്ഞാറേ മാനത്തിരുണ്ട് കൂടിയ മഴക്കാറിനെ പേടിച്ച് മുറ്റത്തുണക്കാനിട്ട തെങ്ങിന്റെ മടലും കൊതുമ്പും അറയ്ക്കപ്പൊടിക്കാരന്റെ കയ്യിൽ നിന്ന് വാങ്ങിച്ച ചെറുതായി ഈർപ്പം നിൽക്കുന്ന വിറകും പെറുക്കി വെയ്ക്കുന്ന തിരക്കിലാണ് അമ്മ. ഇന്നിത് അടുക്കളയുടെ പാത്ര്യേംപുറം കയറിയാലേ, നാളെ, രാവിലെ അടുപ്പ് സമാധാനമായി പുകയൂ. ഇതു കഴിഞ്ഞു വേണം. രാത്രിയിലേക്കുള്ള മൊളൂഷ്യവും ചീര ഉപ്പേരിയുമുണ്ടാക്കാൻ. ഒരു നേരത്തിന് പകരം മൂന്നു നേരം അടുപ്പ് പുകഞ്ഞിരുന്ന പഴയ അടുക്കളശീലത്തിന്റെ ഭാഗമാണിതെല്ലാം.

വൈകീട്ടോടു കൂടി തന്നെ പറമ്പിലെ ഒടിഞ്ഞു കിടക്കുന്ന ഏതെങ്കിലും വാഴയിൽ നിന്നും ചെത്തിയെടുത്തൊരു പടല ചെറു കായ ഇറയത്തും അയൽപക്കത്തു നിന്നും നുള്ളിയെടുത്ത, തണ്ടിന് നല്ല ബലമുള്ള നാടൻ ചീര മണ്ണ് കളഞ്ഞത് പ്ലേറ്റിലും സ്ഥാനം പിടിച്ചിട്ടുണ്ടാകും. മൊളൂഷ്യത്തോട് നമുക്ക് പ്രതിപത്തി തീരെ പോരെങ്കിലും ചീര ഉപ്പേരിയുടെ കാര്യത്തിൽ സംഗതി മാറും. ചുമന്നുള്ളി ചതച്ചതും ഉപ്പും മഞ്ഞൾപ്പൊടിയും മുളകുപൊടിയും വെളിച്ചെണ്ണയും മേന്മയിൽ ചേർത്ത് വഴറ്റിയെടുത്ത്, പാചകശേഷം ഇത്തിരിയോളം മാത്രം ചീനചട്ടിയിൽ അളവ് തികയ്ക്കുന്ന ആ വിഭവത്തിന്റെ സ്വാദ് നാവിലിപ്പോഴുമൂറും.

കഥയിതൊന്നുമല്ല, തലയെണ്ണം, കൂടിയ തറവാട്ടിൽ ആളെണ്ണി തുല്യമായി പങ്കിട്ടെടുത്താൽ പോലും ക്ഷാമം വരുന്ന ഈ ഉപ്പേരി പാകമാകുമ്പോഴേക്കും അമ്മയ്ക്ക് മുമ്പിൽ ഹാജർ വെയ്ക്കുന്നൊരു ശീലമുണ്ടെനിക്ക്. ഉണ്ടാക്കിയത് പാത്രത്തിലേക്ക് പകർത്തിയതിനു

ശേഷം തുടച്ചെടുക്കാൻ മാത്രം നന്നേ കുറവവശേഷിക്കുന്ന ബാക്കിയിൽ കുറച്ച് ചോറു ചേർത്ത് ചീഞ്ചട്ടിയിൽ വെച്ച് തന്നെ കുഴച്ചെടുത്ത് അമ്മയുടെ കൈകൊണ്ട് രണ്ടുരുള കിട്ടണം. ഇതിനാണ് ആ കാത്തു നിൽപ്പ്.

കുട്ടിക്കാലത്ത് അമ്മ ഭക്ഷണം വാരിത്തന്നതത്ര ഓർമ്മ പോരെങ്കിലും വിവാഹശേഷംപോലും ഈ ഉരുളകൾക്കായി ഞാനിന്നും വലുപ്പം മറക്കാറുണ്ട്. ഇന്ന് ചീരയും കയ്പ്പയ്ക്കയും വെണ്ടക്കായയും ഉപ്പേരി വെച്ച ദിവസങ്ങളിൽ പതിവ് തെറ്റിക്കാതെ എന്റെ മുമ്പിലും ഒരാളുണ്ട്. അമ്മൂമ്മ അമ്മയ്ക്ക് തരാറുള്ളതുപോലെ എനിക്കും എന്ന അവകാശമുറപ്പിച്ചുകൊണ്ട്. നല്ല നാടൻ ചീര കണ്ട കാലമോർമ്മയില്ലെങ്കിലും നാടനെന്ന് വിശേഷിപ്പിക്കുന്ന ചീര, ഉപ്പേരി വെച്ച് ഞാനെന്റെ ചീഞ്ചട്ടി അവനു വേണ്ടിയും തുടച്ചെടുക്കുന്നു. നാളേറെ കൂടുമ്പോഴെങ്കിലും ഒരമ്മപ്പിടിക്കായി അടുക്കളപ്പടിയിലുമെത്തുന്നു. ■

കളമെഴുത്തിന്റെ കഥ

"**പു**ള്ളോർക്കുടം മീട്ടിത്തുടങ്ങിയ കാവിൽ നിന്ന് ഒരിളംകാറ്റ് വീശി യിറങ്ങി മാറ്റം വരുത്താനാകാത്ത നിയോഗത്തെ ശിരസ്സാ വഹിച്ച് ഇനി കളമുറഞ്ഞൊന്ന് തുള്ളണം. അലക്കിയ കോടിയുമായി പുള്ളോത്തി കാത്തിരിക്കുന്നു. അഷ്ടനാഗങ്ങളെ മനസ്സിൽ ധ്യാനിച്ച്, പൂക്കുലയുമേന്തി ഇന്നിനി കളം ചവിട്ടാം."

വ്രതം നോറ്റ് തറവാട്ടിലെ കിഴക്കേ അകത്ത് ചിലരിരുന്ന് തുടങ്ങിയിട്ട് ദിവസം നാല് ആയി. കഴിഞ്ഞ രണ്ട് വർഷമായി തുള്ളുന്ന വല്ല്യമ്മ ഇക്കുറി കളത്തിലേക്കില്ലെന്ന നിലപാടിലാണ്. കഴുത്തിന് ചെറിയൊരു പ്രശ്നം വന്ന് മാറിയതേള്ളൂ. അതുകൊണ്ട് തന്നെ ഇക്കുറി തുള്ളേണ്ടെന്ന് വീട്ടുകാർ കൂട്ടായെടുത്ത തീരുമാനമാണ്.

ചേച്ചിയോടൊപ്പം കളം കാണാനെത്തിയ എനിക്കാകട്ടെ, എന്തിനും ഏതിനും 'വല്ല്യമ്മ' തന്നെ വേണം എന്ന വാശിയും. കാലിൽ കിടത്തി തട്ടി ഉറക്കിയ കുട്ടിയെ വീട്ടിലെത്തിക്കണം. കളമെഴുതിയ മുറ്റം കടത്തി കൊടുത്താൽ കൊണ്ടുപോകാമെന്ന് മകൻ നൽകിയ വാക്കിൽ മുറ്റേത്തേക്കിറങ്ങാതെ വല്ല്യമ്മയ്ക്ക് വേറെ നിവൃത്തിയില്ലായിരുന്നു. കളത്തിലേക്ക് കാലെടുത്തു വെച്ചപ്പോഴേക്കും കാലിലേക്കൊരു തരിപ്പ് അരിച്ചു കേറി. പടിക്കൽ കാത്തു നിൽക്കുന്ന ഏട്ടന്റെ കയ്യിൽ എന്നെ എത്തിച്ചതു മാത്രമേ ഇന്നും ഓർമ്മയുള്ളൂ എന്ന് വല്ല്യമ്മ ഇപ്പോഴും ഓർത്ത് പറയും.

മനസ്സിലും ശരീരത്തിലുമാകെയൊരു പെരുക്കമായിരുന്നത്രെ. കളത്തിൽ കമ്മളായ വല്ല്യേട്ടനും പുള്ളോനും ഒരേ സ്വരത്തിൽ പറഞ്ഞു പോലും കുളിച്ചു വന്നോളൂ. മുടക്കം അവരാഗ്രഹിക്കുന്നില്ല. എന്തിന്റെ പേരിലായാലും വ്രതമെടുത്തിരിക്കുന്ന കന്യകമാരിലൊരാൾക്ക് ഇനിയും മാറ്റമൊന്നും കാണാനില്ല. നാഗങ്ങളുടെ തീരുമാനം ഇതാകും.

ആ വർഷവും വല്ല്യമ്മ കളം നിറഞ്ഞ് തുള്ളി. കഴുത്തിന് പ്രത്യേകിച്ച് ബുദ്ധിമുട്ടൊന്നും ഉണ്ടായില്ലതാനും. കാരണം ഞാനായിരുന്നെങ്കിലും തീർപ്പ് കാവിലിരുന്ന് അവരെടുത്തതായിരുന്നു. കളത്തിൽ കമ്മളായിരുന്ന അമ്മാവൻ മരിച്ചിട്ട് വർഷം കുറച്ചായി. മൂന്നു പതിറ്റാണ്ടിനിപ്പുറവും കളമിഴഞ്ഞെത്തിയ കുഞ്ഞുനാഗത്തിന്റെ ഓർമ്മയിൽ കൈകൂപ്പി, വല്ല്യമ്മയിന്നും കളമെഴുത്തിന്റെ കഥ പറയുന്നു...

■

അമ്മ പറഞ്ഞത്

"രണ്ടേകാലെന്നു കൽപ്പിച്ചു
രണ്ടേ,കാലെന്നിതയ്യനും
ഉണ്ടോ,കാലെന്നു പണ്ടാല
ഉണ്ടില്ലിന്നിത്ര നേരവും"

നർമ്മബോധമാർന്ന കുഞ്ചന്റെ വരികളിൽ പലതും കാതിലും മനസ്സിലും ഇന്നും അലയടിക്കാറുണ്ട്. സന്ധ്യയ്ക്ക് നാമം ചൊല്ലിക്കഴിഞ്ഞാൽ അടുത്തിരുത്തി പുരാണ കവിതാശകലങ്ങളും നമ്പ്യാർ ഫലിതങ്ങളും തുടങ്ങി കുഞ്ഞുപഴഞ്ചൊല്ലുകളും, മലയാള മാസങ്ങളുടെ പേരുകളും നാളുമൊക്കെ ആവർത്തിച്ച് ഓർമ്മിപ്പിക്കുന്ന പതിവുണ്ടമ്മയ്ക്ക്.

'ബാലകൻ അയോദ്ധ്യങ്കൽ
ആരണ്യം തന്നിൽ പൂക്കു-
കിഷ്കിന്ധാധിപനോട്
സുന്ദരൻ യുദ്ധം ചെയ്തു'

രാമായണത്തിലെ കാണ്ഡങ്ങളെ പരിചയപ്പെടുത്തുന്ന ഈ വരികൾ ഒറ്റശ്വാസത്തിൽ ബിരുദപഠനക്ലാസ്സിൽ പിഴവില്ലാതെ ചൊല്ലിത്തീർക്കാൻ ആ പഴയ സന്ധ്യകളൊരിക്കൽ കൂട്ടു വന്നതോർമ്മ വരുന്നു. അക്ഷരമാലയും പെരുക്കപ്പട്ടികയും ഇടതടവില്ലാതെ മനപ്പാഠമായതിനു പിന്നിലും ആ ദിനങ്ങളുണ്ട്.

പറയിപെറ്റ പന്തിരുകുലത്തിലെ വരരുചിക്ക്, 108 കറിക്കു തുല്യം ഇഞ്ചിതൈരും നാലാളു ചുമക്കണമെന്ന ശാസ്ത്രത്തിന് നാലു കാലുള്ള കട്ടിലും മൂന്നാളെ തിന്നാൻ മൂന്നും കൂട്ടി മുറുക്കലുമാണ് ഉചിതമായ ഉപാധിയെന്ന് കണ്ടെത്തിയ ബുദ്ധിമതിയായ പഞ്ചമിയെ എനിക്കെത്ര കേട്ടാലും മതിവരില്ലായിരുന്നു.

താൻ വിദൂഷക സ്ഥാനം പ്രതിനിധീകരിച്ചിരുന്ന രാജസദസ്സിലെ അടുക്കളയുടെ വിഭവ വൈകല്യം വെളിപ്പെടുത്താൻ, വഴിയേ

നടന്നു പോകുന്ന പശുവിന്റെ ചാണകത്തിലെ ജലാംശക്കൂടുതൽ ചൂണ്ടി.

"നിനക്കും പക്കത്താണോ പശു ഊണ്?"

എന്ന് ചോദിച്ച ഹാസ്യകുലപതിയായ നമ്പ്യാരെ കേൾക്കാൻ ഞാനിന്നും അമ്മയുടെ ആ പഴയ അഞ്ചു വയസ്സുകാരിയാകാറുണ്ട്.

അടുത്തു കിട്ടുന്ന സമയമത്രയും ഇന്ന് ചെറുമകനുവേണ്ടിയും അക്കങ്ങളും അക്ഷരങ്ങളും പദ്യങ്ങളും അമ്മ നിരത്താറുണ്ട്, പക്ഷേ അമ്മൂമ്മയുടെ കഥ തുടങ്ങുമ്പോഴേ, അവൻ ഉമ്മറപ്പടി കടന്നിട്ടുണ്ടാകും. അതൊരിക്കലും അവന്റെ തെറ്റല്ല, അറിഞ്ഞു കിട്ടിയതൊന്നും പകർന്നു കൊടുത്ത് ശീലിപ്പിക്കാതിരുന്ന ഞാനെന്ന അമ്മ മാത്രമാണതിന്റെ മുഖ്യ കാരണം.

പുതുതലമുറയെ പലതിനും പഴിക്കുമ്പോൾ തന്നെ, കഴിഞ്ഞ കാലത്തിന്റെ നന്മകളെ അവർക്കു പരിചയിപ്പിക്കാതിരുന്ന, നമുക്കും അതിൽ തുല്യപങ്കുണ്ട് എന്ന് ചിന്തിക്കുന്നതിൽ തെറ്റില്ലെന്നാണെന്റെ പക്ഷം.

> "മറ്റുള്ള ഭാഷകൾ കേവലം ധാത്രിമാർ
> മർത്ത്യനു പെറ്റമ്മ തൻ ഭാഷ താൻ"

അമ്മയിന്നും ചൊല്ലിക്കൊണ്ടേയിരിക്കുന്നു. ഇടയ്ക്കെങ്കിലും ഞാനും പഴയിതിൽ പലതുമിന്നാവർത്തിക്കാറുണ്ട്. ചില നല്ല തുടർപകർച്ചകൾക്കായി....

■

ഓർമ്മച്ചെപ്പ്

പുളിയിലകളുതിർന്ന പടിക്കെട്ടിൽ നന്ത്യാർവട്ടച്ചെടിയുടെ അരികിലായി ഉരുളൻ കല്ല് കെട്ടിയൊരു കുഞ്ഞിടുക്ക്. അവിടെ.... അവകാശികളില്ലാതിരുന്നൊരു കരിങ്കല്ലിന്മേൽ കണ്ണിമാങ്ങ നിരത്തി വെച്ച് ഒരു കുഞ്ഞനമ്മിക്കുഴകൊണ്ട് ഞങ്ങളന്നൊത്തിരി ചതച്ചെടുത്തിട്ടുണ്ട്.

അടുക്കളച്ചുമരലമാരയിലെ പുക പിടിച്ച് നിറം മങ്ങിയ പഴയ ഡാൽഡ ടിന്നിലിരുന്നിരുന്ന മുളകുപൊടിയും കലോറ മുറിയിലെ ഭരണിയിൽ നിന്നെടുത്ത കല്ലുപ്പും കൂട്ടിയിടിച്ചെടുത്ത കണ്ണിമാങ്ങയിൽ ഇത്തിരിയോളം വെളിച്ചെണ്ണയും ചേർത്തത് ആദ്യമേ തന്നെ ചെറിയൊരു ഡവറയിൽ പകർത്തി വയ്ക്കും. കൂട്ടിന് അമ്മ അറിയാതെ ചോറുകലത്തിൽ നിന്ന് മുമ്പേ മാറ്റി വെച്ച ഒരു കയിൽ കുത്തരിച്ചോറും ഉണ്ടാകും. ഇതിങ്ങനെ പൊടിയനി ഇലയിൽ വിളമ്പി, കഞ്ഞീം കറിയും വെച്ചു കളിക്കാൻ അക്കാലമെനിക്കൊരു കൂട്ടുകാരിയെ തന്നു.

കളിയിടങ്ങളേറെ പരിചിതമല്ലാതെ ഒറ്റപ്പെട്ട ബാല്യത്തിൽ, എന്റെ വീടിനടുത്തുള്ള അച്ഛൻ വീട്ടിലേക്ക് വേനലവധിക്ക് വിരുന്നെത്തിയതായിരുന്നു അവൾ. മരക്കോണി കയറിച്ചെല്ലുന്ന തട്ടിൻ പുറത്തോട് കൂടിയ അവരുടെ വീട്ടിലേക്കും ചിലപ്പോഴെങ്കിലും ഞങ്ങളുടെ കളിസ്ഥലം മാറും. മുരിങ്ങയിലയിൽ പരിപ്പു ചേർത്ത് നാളികേരമരച്ചുവെച്ചതടക്കം പലതിൽ നിന്നും ഒരു ഭാഗം അവിടെയും പങ്കു മാറ്റി വെച്ചിട്ടുണ്ടാകും. ടീച്ചറും കുട്ടിയും അമ്മയും കുഞ്ഞും പിന്നെയും നിരവധി കളിവേഷങ്ങളിലേക്കായി.

ഒരിക്കലൊരു മഴക്കാലത്തോടടുത്തുള്ള അവധിക്കാലത്തിന്റെ അവസാന ദിനങ്ങളിലാണെന്ന് തോന്നുന്നു. അവളിങ്ങനെ പറഞ്ഞത്. “ഞാൻ നാളെ പോകും. ഈ വർഷം മുതൽ ആശ്രമം ഹോസ്റ്റലിലേക്ക് താമസം മാറാൻ ആണ് തീരുമാനം.” അവിടെ നിന്നാണ് ഇനി സ്കൂളിൽ വരിക. പിന്നീട് ഒരേ സ്കൂളിൽ വേറിട്ട

ക്ലാസുകളിലായി പത്താം തരം വരെ ഒരുമിച്ച് പഠിച്ചെങ്കിലും ആ പഴയ സൗഹൃദത്തിന് മാത്രമെന്തോ അകൽച്ച വന്നിരുന്നു.

പുളിമരം കരാറുകാരൻ കൊണ്ടുപോയത്രെ. നന്ത്യാർവട്ടം ഉണങ്ങിയറ്റു. കണ്ണിമാങ്ങയിപ്പോഴും കിട്ടാറുണ്ടെന്ന്. നാട്ടിടവഴിയിലും അമ്പലപ്പറമ്പിലും വെച്ച് ഇടയ്ക്കെങ്കിലും അവളെയും കാണാറുണ്ട്. വടക്കേ വേലിയുടെ അപ്പുറമിപ്പുറം നിന്ന് കഥ പറയാനും മേടച്ചൂടിലെ ഉഷ്ണപ്പകലുകളിൽ വയ്ക്കോലു കൂട്ടിയ മുറ്റത്തു കൂടി ഓടിക്കളിക്കാനും ഇടക്കാലം കൂടെക്കൂടിയ കൂട്ടുകാരി, നിന്നെക്കൂടിപ്പകർത്താതെ ഞാനെന്റെ ഓർമ്മച്ചെപ്പെങ്ങനെ അടച്ചുവെയ്ക്കും?

■

പാട്ടുപെട്ടി

അകായിയിലെ തെക്കേ മൂലയിലുള്ള ദീർഘ ചതുരപ്പെട്ടിയിൽ ആദ്യം ആകാശവാണി മാത്രമേ ഉണ്ടായിരുന്നുള്ളൂ. പിന്നീട് മാറ്റത്തിന്റെ മറുരൂപത്തിൽ സോണിയുടെ കുഞ്ഞൻ ടൈപ്പ് റിക്കാർഡർ സ്ഥാനം പിടിച്ചതോടെയാണ് ഒരു കാസറ്റ് കാലത്തെ പരിചയപ്പെടുന്നത്.

"എട്ടുദിക്പാലരും മുട്ടുകുത്തിത്തൊഴും ഏറ്റുമാനൂരുഗ്രമൂർത്തേ...."

ശിവസ്തുതികളാൽ മുഖരിതമായ ഗംഗാതീർത്ഥത്തിലെ ഓരോ പാട്ടുകളും ഇന്നും മനപ്പാഠമാണ്. മാണിക്യനേയും അപ്പക്കാളയേയും കുറിച്ച് പറഞ്ഞ് 'തേന്മാവിൻകൊമ്പത്തി'ലെ പാട്ടുകളെ പരിചയപ്പെടുത്തുന്ന മഹാനടന്റെ ശബ്ദം കാതിലിപ്പോഴും മുഴങ്ങുന്നപോലെ. ചൊൽവഴക്കത്തിന്റെ താളഭംഗികൊണ്ട് 'ഗോതമ്പു മണികളും' 'ഭൂമിക്കൊരു ചരമഗീതവും' നാവിന്നും മൂളാറുണ്ട്. അറിവുപെറ്റ ഭ്രാന്തനെ, അക്ഷരംകൊണ്ട് പെറ്റ കവിയെ ആദ്യം കേട്ടതും പിന്നീടിന്നോളം ആ വരികളുടെ ശബ്ദതുടർച്ച തേടിപ്പോയതിനു പിന്നിലും അക്കാലം തന്നെ.

അന്യഭാഷാശീലം നന്നേ കുറഞ്ഞതു കൊണ്ടു തന്നെ അവയെക്കുറിച്ച് പറയാൻ ഞാനിന്നുമാളല്ല. നേരിട്ടു വാങ്ങിയും പകർത്തിവാങ്ങിച്ചും വീണ്ടും പലതും മുന്നിലെത്തിച്ചതിന് പിന്നിൽ എന്നും കുഞ്ഞമ്മ ആയിരുന്നു. തെക്കേ ഇറയത്ത് ചതുരൻ പെട്ടി സ്ഥാനം പിടിച്ചതിന് ശേഷം കേൾവിക്ക് ചെറിയൊരു ഇടവേള വന്നെങ്കിലും അപ്പോഴും ആസ്വാദനത്തിന് പൂർണ്ണവിരാമമിട്ടിരുന്നില്ല. പിന്നീടെന്നാണ് ഇവയൊക്കെ പാടേ കൈവിട്ടത്. ചാനലുകളുടെ അതിപ്രസരം നിറഞ്ഞ കാഴ്ചപ്പെട്ടിക്ക് കാവലിരുന്നപ്പോഴോ ആകാശവാണി കോഴിക്കോട്, തിരുവനന്തപുരം, തൃശ്ശൂർ എന്നുപോലും മറന്നു തുടങ്ങിയപ്പോഴോ അന്നൊക്കെ തന്നെ ആയിരിക്കാനാണ് വഴി.

ഇന്നിപ്പോ, വിരൽത്തുമ്പിലെന്തും വിരുന്നു വരുന്ന നേരത്ത്, മറ്റു പലതിലേക്കും വ്യതിചലിച്ച മനസ്സിന് ഒന്നിനോടും പ്രത്യേക കമ്പമില്ലെന്നതാണ് സത്യം. അടർന്നു പോകാതെ മനസ്സിൽ പതിഞ്ഞ പലതും അറിയാതെ എങ്കിലും മൂളുന്നുവെങ്കിൽ കടപ്പാടിന്നും ആ നല്ല നാളുകളോടുമാത്രം. വാക്കിലും വരിയിലും പുതുമ കയ്യേറിയപ്പോൾ ഓർത്തുവെയ്ക്കാൻ മാത്രം ഏറെയൊന്നും മനസ്സു തൊട്ടെത്തിയില്ലെന്നതും ഒരു പക്ഷേ, എന്റെ മാത്രം തോന്നലാകാം.

■

പാനകത്തിന്റെ പെരുമ

അമ്മൂമ്മയുടെ കൈപിടിച്ച് സപ്താഹത്തിന് പോയിരുന്ന കുട്ടിക്ക്, കൃഷ്ണകഥയുടെ അറിയാപ്പൊരുളറിയുന്നതിനേക്കാൾ ഇഷ്ടം, ഭഗവാന്റെ ജനനദിവസം ലഭിക്കുന്ന പട്ടുകൗപീന(കം)ത്തോടുള്ള കൗതുകവും നരസിംഹാവതാര ദിനത്തിലെ പാനകവുമായിരുന്നെന്ന് ഞാനിന്നുമധികമാരോടും പറഞ്ഞിട്ടില്ല.

അവതാര വായന കഴിയുമ്പോഴേക്കും ഏകദേശം വൈകുന്നേരമായിട്ടുണ്ടാകും. പ്രത്യേകം കയ്യിൽ കരുതിയ തൂക്കുപാത്രത്തിൽ പാനകം വാങ്ങിയാൽ പിന്നെ അമ്പലത്തിലധികനേരം നിൽക്കില്ല. വീട്ടിലെത്തി എല്ലാവർക്കും പങ്കിടുക എന്ന അമ്മൂമയുടെ നിഷ്കർഷ ഒന്നു കൊണ്ടുമാത്രം തന്റെ ഊഴത്തിനായി ഗ്ലാസ്സും പിടിച്ച് കൃത്യമായി ഞാൻ മുമ്പിൽത്തന്നെ സ്ഥാനം പിടിച്ചിരിക്കുമെന്നു മാത്രം.

ശർക്കര വെള്ളം തിളപ്പിച്ചതിൽ ചുക്കും ജീരകപ്പൊടിയുമിട്ട് ചെറിയ കഷ്ണങ്ങളാക്കിയ കരിമ്പും നാളികേരം ചിരകിയതും ചേർത്തുണ്ടാക്കുന്ന ആ പാനീയത്തോട് കുഞ്ഞുനാവിൽ തോന്നിയൊരഭിരുചിക്ക് വലുപ്പത്തിലും കുറവ് വന്നതുമില്ല.

പാനകം ദേവന്മാർക്കും അതിവിശേഷപ്പെട്ടൊരു പാനീയമാണെന്ന് പറയപ്പെടുന്നു. തന്റെ ചോദ്യത്തിനുത്തരം പറയാത്തതിന്റെ പേരിൽ, ബ്രഹ്മാവിനെ പിടിച്ചു കെട്ടിയ പ്രവൃത്തിക്ക് പ്രായശ്ചിത്തമെന്നോണം സുബ്രഹ്മണ്യൻ സർപ്പരൂപത്തിൽ കാട്ടിലേക്ക് പോയെന്ന് ഐതിഹ്യം. മകനെ കാണാതെ പരിഭ്രമിച്ച പാർവ്വതി പല വ്രതങ്ങളുമെടുത്ത് അന്വേഷണമാരംഭിച്ചെങ്കിലും തിരച്ചിലുകൾക്കൊന്നും ഫലമുണ്ടായില്ലപോലും. പാർവ്വതിയുടെ സങ്കടം കണ്ട പരമശിവൻ, ഷഷ്ഠിവ്രതമാചരിച്ച് മകനെ തേടിയാൽ ഫലം കിട്ടുമെന്ന് ഭഗവതിക്ക് വരം കൊടുക്കുകയായിരുന്നുവത്രേ.

മഹാദേവന്റെ വാക്കുകളെ യഥാവിധി അനുഷ്ഠിച്ച പാർവ്വതീദേവിക്ക് മുൻപിൽ സഹ്യാദ്രി താഴ്വരയിൽ കാർത്തികേയൻ

പ്രത്യക്ഷനായി. ഈ സമയം ദേവന്മാരെല്ലാം ശ്രീ പാർവ്വതിയെ പ്രീതിപ്പെടുത്താനായി പലതും കാഴ്ചവെച്ചെങ്കിലും അഗസ്ത്യമുനി നൽകിയ പാനകത്തിലെത്രെ ദേവി സന്തുഷ്ടയായത്. തുടർന്ന്, ദേവന്മാരാലും ഇത് രുചിച്ചു നോക്കി ഇഷ്ടപ്പെട്ടതായും കഥ. ആരോഗ്യദായകമായ പാനീയമായും പാനകത്തെ കരുതി വരുന്നു. മകരം, കുംഭം, മീനം മാസങ്ങളിലെ ഏറുന്ന കഫദോഷശമനത്തിനും പാനക ഉപയോഗം സവിശേഷമത്രെ.

നരസിംഹമൂർത്തിയുടെ ഇഷ്ടനൈവേദ്യമായ പാനകത്താൽ ശരീരത്തിലെ സർവ്വ വിഷബാധകളുമകലുമെന്നൊരു വിശ്വാസം തന്നെ നിലവിലുണ്ട്. “പന്ത്രണ്ട് കോല് ഇപ്പോ തന്നെ കുഴിച്ചു. ഇനി വെള്ളം കാണാൻ അധികം താമസണ്ടാവില്ല്യാട്ടൊ വീട്ടുകാരേ, നാളെ ഉച്ചയാകുമ്പോഴേക്കും ഉറവ കണ്ടു തുടങ്ങും.” കിണറ് കുഴിക്കുന്ന വേലായുധൻ താഴെ നിന്നും വിളിച്ച് കൂവുന്നുണ്ട്.

“അപ്പൊ, നാരാണ്യേമേ... പാനകംണ്ടാക്കാനുള്ളതൊക്കെ ഒരുക്കി വെച്ചോളൂട്ടോ. വെള്ളം കണ്ടാൽ അയൽവക്കക്കാർക്കൊക്കെ കൊടുക്കേണ്ടതല്ലേ...”

സ്വന്തം കിണറ്റിൽ വെള്ളം കണ്ടതിന്റെ സന്തോഷം പങ്കുവെയ്ക്കുന്നതിനായും ഒരു കാലത്ത് ഏറെ നാരേണ്യമ്മമാരീ പാനകമുണ്ടാക്കിയിട്ടുണ്ട്.

തെളിനീരായി ആദ്യം പകർന്ന് കിട്ടിയ ജലം കൊണ്ട് പാനകക്കൂട്ടിനിയുമൊരുക്കാം. ഉറവ വറ്റാത്ത കാലത്തോളം ഓർത്തുവെയ്ക്കാനെങ്കിലും.... ■

ജിമുക്കി മരം

നാൽപ്പാമരമിട്ട് തിളപ്പിച്ച വെള്ളം വടുക്കോറത്തെ ഇറയത്തോട് ചേർന്നുള്ള കല്ലടുപ്പിൽ തിളച്ചു കിടപ്പായിട്ട് നേരം ഇത്തിരിയായി. ഇനാശ്വാപ്പ്ളയുടെ വേലിക്കലുള്ള കൊട്ടോത്തിന്റെ ഇല പറിക്കാൻ അമ്മ പോയിട്ടുണ്ട്. കരപ്പൻ വന്ന് പൊട്ടി ഒലിക്കുന്ന കുരുക്കളിൽ കൊട്ടോത്തില കൊണ്ടുരച്ച് വൃത്തിയാക്കി വിശദമായൊരു തേച്ച് കുളിയാണ് ഇനി ബാക്കി. അത് കഴിഞ്ഞാൽ കാഞ്ഞിരക്കയ്പ്പുള്ള കഷായം കിട്ടും. കുഞ്ഞിലേ മുതൽ എല്ലാ വർഷം മേടത്തിലും ഇതൊരു ശീലമായതു കൊണ്ടാകും കഷായ കയ്പ്പിനോടൊന്നും തീരെ ഇഷ്ടക്കുറവ് തോന്നാറില്ല. അതുകൊണ്ടുതന്നെ, ഇമ്പത്തിന് ഒരു കഷ്ണം ശർക്കര കിട്ടിയില്ലെങ്കിലും അളവു പാത്രത്തിൽ പകർന്ന് കിട്ടുന്നത് കുടിച്ച് തീർക്കാൻ ഒരിക്കലും മടി കാണിച്ചിട്ടില്ല.

ഒന്നാം ക്ലാസ്സിനു ശേഷം കരപ്പൻ പിന്നെ, അടുത്തൊന്നും വന്നിരുന്നില്ല. വീണ്ടും അഞ്ചാം ക്ലാസ്സിൽ അതിതീവ്രമായി കക്ഷി വിരുന്നെത്തിയപ്പോൾ പതിവു പോലെ ചിറ്റിലപ്പിള്ളിയിലെ കറുകയിൽ വൈദ്യശാല തന്നെ ആയിരുന്നു ശരണം. വാഴയിലയിൽ കിടത്തേണ്ടി വരുമായിരുന്ന അവസ്ഥയിൽ നിന്ന് ആ അസുഖത്തെ എന്നിൽ നിന്നും വലിച്ചെടുത്ത ഒരാളുണ്ടവിടെ, കറുകയിൽ മാധവൻ വൈദ്യർ. എന്നത്തേയും പോലെ അന്നും ചിറ്റിലപ്പിള്ളിക്കു വെച്ചു പിടിച്ചു. അക്കാലത്തെല്ലാം കാൽനട യാത്രയാണ് ഉടലക്കാവിലിനടുത്തുള്ള പാടം കടന്ന് അന്തിലങ്കാവ് അമ്പലത്തിനരികിലൂടെ ചിറ്റിലപ്പിള്ളി ഗവ. സ്കൂളിനടുത്തുള്ള വൈദ്യശാലയിലെത്താം.

കൊയ്ത്ത് കഴിഞ്ഞുള്ള കാലമായതു കൊണ്ടുതന്നെ വഴിയിലൊക്കെ വയ്ക്കോൽ ഉണക്കാനിട്ടിട്ടുണ്ടാകും. വൈദ്യരെ കണ്ട് തിരിച്ച് വരുന്നതു വഴി ചാല്യേത്തെ നാരേണിയെ കണ്ടു അമ്മ കുശലം പറയുന്നതിനിടെയാണ് ഞാനെന്റെ ഇടതുചെവി വെറുതെ ഒന്നു പിടിച്ചു നോക്കിയത്.

അവധിക്കാലത്ത് മാത്രം കാതിൽ സ്ഥാനം പിടിക്കുന്ന ജിമുക്കി യോട് പ്രത്യേക ഒരിഷ്ടമുണ്ട്. അല്ലാത്തപ്പോഴെല്ലാം മൊട്ടു കമ്മൽ മാത്രമാണുണ്ടാവുക. ജിമുക്കി ഇട്ട് കാതാട്ടി നടക്കുന്നത് അന്നൊക്കെ ഒരു ഹരമാണ്. പതിവനുസരിച്ച് കാതാട്ടിയ നേരം ഞാത്തിയുടെ ആട്ടമില്ലാതെ ചെവിയിൽ സ്റ്റഡ് മാത്രമേ ഉള്ളൂ എന്ന തിരിച്ചറിവ് മനസ്സാകെ ദുഃഖത്തിലാക്കി.

നടന്ന വഴി പിന്നേയും പുറകോട്ടു നടന്ന് പാണനിടവഴി വരെ തിരഞ്ഞെങ്കിലും ജിമുക്കി മാത്രം കിട്ടിയില്ല. ഉണക്കാനിട്ട വയ്ക്കോ ലിൽ നിന്ന് അതിനെ കണ്ടെത്താനുള്ള പ്രയാസം മാനിച്ച് ശ്രമം നിർത്തി വീട് പിടിക്കുക മാത്രമേ പിന്നീട് ഞങ്ങൾക്ക് നിവൃത്തി ഉണ്ടായുള്ളൂ.

അന്ന് സ്വർണ്ണം വാങ്ങിച്ച് തരുന്നത് മുഴുവൻ അമ്മാവനാണ്. പെൺകുട്ടികൾ കാതിലും കഴുത്തിലുമൊക്കെ ഇട്ടു നടക്കുന്നതാണ് ആൾക്ക് താൽപ്പര്യം. ഓരോ വേനലവധിക്കും അമ്മാവൻ വരുന്ന നേരം നോക്കി കൃത്യമായി പഴയത് പൊട്ടിച്ച് പുതിയതിനായി കാത്തിരിക്കുന്നതിൽ ഞാനും മുടക്കം വരുത്തില്ല. ജിമുക്കി നഷ്ട പ്പെട്ടതറിഞ്ഞ് പുതിയത് വാങ്ങിച്ചു തന്നെങ്കിലും അമ്മാവൻ ഇട യ്ക്കിടെ ഓർമ്മിപ്പിക്കും. “പാറേ, നമ്മുടെ ജിമുക്കി മരമിപ്പോൾ കാച്ചിട്ടുണ്ടെങ്കിലോ ഒന്നു പോയി നോക്കായിരുന്നു.”

കരപ്പൻ പിന്നീട് വന്നിട്ടേയില്ല, അമ്മാവനും അമ്മയും വൈദ്യരു മൊക്കെ കാലം നീങ്ങി. വഴിയിലൊന്നും ഇന്നു വയ്ക്കോലുണ്ടാ വാറില്ല. എങ്കിലും ആ പഴയ വഴികളിലൂടെ പോകുമ്പോഴൊക്കെയും ഞാനെന്റെ ജിമുക്കി മരത്തെ മാത്രം മുടങ്ങാതെ തിരയുന്നു.

■

ഒരു ചിമ്മിനിവെട്ടത്തോട്

തെക്കോറത്തെ ഉമ്മറപ്പടിയിലിരുന്ന് മിഴി ചിമ്മികളിക്കാറുള്ള ആ കുഞ്ഞു ചിമ്മിനി വിളക്കിന്ന് എവിടെയാണാവോ? മഴ പെയ്തു തോർന്നൊരു സന്ധ്യയിൽ വട്ടമിട്ട് പറക്കുന്ന ഈയ്യാംപാറ്റകൾക്കിട യിൽ നിന്ന് ഊതിക്കെടുത്തി മാറ്റി വെച്ചതിൽ പിന്നെ തിരിഞ്ഞു നോക്കിയില്ലെന്ന പരിഭവം കൊണ്ട് കിഴക്കാകത്തെ അറയുടെ മൂല യിൽ ഒളിച്ചിരിക്കയാകും ചിലപ്പോ.....

പടിഞ്ഞാറേ മാനം കറുത്തിരുണ്ടിരിപ്പായിട്ട് നേരം കുറച്ചായി. മറ്റെവിടെയൊക്കെയോ മഴ പെയ്ത് തുടങ്ങിയെന്ന് ഓർമ്മിപ്പിക്കും വിധം തണുത്ത കാറ്റും തുടർച്ചയായി വീശുന്നുണ്ട്. മുറ്റത്തിട്ടിരുന്ന തുണികളും വൈകീട്ടോടെ ഉണക്കം പൂർത്തിയാക്കി പാത്യേം പുറം കയറേണ്ട കൊതുമ്പും ചുള്ളലുമൊക്കെ നേരത്തേ തന്നെ വടക്കേ ഇറയത്ത് സ്ഥാനം പിടിച്ച് കഴിഞ്ഞു. ഇടിമുഴക്കത്തിന്റെ അകമ്പടി യോടെ ഇടനേര മഴയുമായി തുലാവർഷമെത്തുമ്പോൾ തുടച്ചു മിനുക്കി തിരിയിട്ടൊരുക്കി അകായിലെ മൂലയിലയാളുമെത്തിയി ട്ടുണ്ടാകും. ഇടവപ്പാതിയുടെ നിറസന്ധ്യയിലും, വേനൽച്ചൂടിന്റെ മീനരാവിലുമൊക്കെ കൂടെയുള്ളവനെങ്കിലും കാതടിപ്പിക്കുന്ന മുഴ ക്കവും നിലം തൊട്ട് വന്ദിച്ച് ഒരുൾക്കിടിലമേകി മറയാറുള്ള മിന്നലും കൂട്ടെത്തുന്ന തുലാത്തിലാണെന്നു തോന്നുന്നു. ഈ കുഞ്ഞു ചിമ്മിനിവിളക്കിനെ ഏറെ കരുതാറുള്ളത്.

നാലുമണി നേരങ്ങൾക്കൊരു മണ്ണെണ്ണ മണം കൂടിയുണ്ടായതും ഈ വൈകുന്നേരങ്ങളിലായിരുന്നു. നീളൻ കുപ്പിയിലെ മണ്ണെണ്ണ താഴെ പോകാതിരിക്കാൻ ഫണലുവെച്ച് കൃത്യമായി വിളക്കിലേക്ക് പകർന്നെടുക്കുന്നതെപ്പോഴും ഈ നേരത്തോടടുത്താകാറാണ് പതിവ്.

ഇത്തിരി നേരം ഇരുട്ടിലാക്കുന്ന വൈദ്യുതിയെ പോലും മറി കടക്കാൻ ജനറേറ്ററും ഇൻവെർട്ടറുമടക്കം ഉപാധികളിനിയുമേറെ

അരികിലുള്ളത് കൊണ്ടുതന്നെ മണ്ണെണ്ണവിളക്കു തേടി നമുക്കലയേണ്ടി വരാറില്ലിന്ന്.

മഴ പെയ്ത് തിമിർക്കുന്ന രാവുകളിൽ അക്ഷരങ്ങളോട് കൂട്ടുകൂടാനും ഉമ്മറക്കോലായിലെ അന്തിവിശേഷങ്ങൾക്കു കാവലായും നീയെന്നുമുണ്ടായിരുന്നെന്ന് എന്തേ വിളക്കേ ഞാനും മറന്നുപോയത്? ■

ചില ശീലപ്പഴമകൾ

"എല്ലാം പൊറുത്തു
മമ സങ്കടമാശു തീർപ്പാൻ
ശ്രീ വിലാദ്രിനാഥ കരുണാകര രാമചന്ദ്രാ..."

പതിവുപോലെ ഇന്നും രാമായണം ചൊല്ലി അവസാനിപ്പിച്ച്, ഗ്രന്ഥം തൊട്ട് തൊഴുത് ഭൂമിയെ വന്ദിച്ച് വല്ല്യമ്മ എഴുന്നേറ്റു. കാല ഭേദങ്ങളില്ലാതെ ദിനം തോറും രാമായണം വായിക്കാറുള്ള അമ്മൂമ്മയെ ഓർമ്മിപ്പിച്ചു കൊണ്ട്.

രാവിലത്തെ കഞ്ഞി കുടിച്ച് കഴിഞ്ഞാൽ പതിനൊന്ന് മണിയോടെ, കറുപ്പ് നിറത്തിലുള്ള വെള്ളെഴുത്ത് കണ്ണടയും പഴക്കത്താൽ താള് കീറി തുടങ്ങിയ രാമായണവുമായി പടിഞ്ഞാറകത്തിന്റെ ചില്ല് വെളിച്ചം കടന്നുവരുന്ന മൂലയിൽ അമ്മൂമ്മ ഇരുപ്പുറപ്പിക്കും.

വന്ദനശ്ലോകങ്ങളിൽ ആരംഭിച്ച് കാണ്ഡങ്ങളിലൂടെ ഒഴുകിപ്പരന്ന് ഓരോ ദിനവും വായന അവസാനിക്കുമ്പോൾ നല്ല ഭാഗം നോക്കി നിർത്തുകയെന്ന നിബന്ധന ആളെപ്പോഴും കൃത്യമായി പാലിച്ച് കാണാറുണ്ട്. യുദ്ധവും മരണവും കലഹവുമൊന്നും വരുന്നിടത്ത് വെച്ച് വായന നിർത്തരുതെന്ന ശാസ്ത്രമത്രെ ഇതിനു പിന്നിൽ. മരണശേഷം രാമായണം വായിക്കുന്ന പതിവുണ്ടിന്ന്. എന്നാൽ ഊർദ്ധ്വൻ വലിക്കുന്ന അവസാന നിമിഷങ്ങളിൽ രോഗിക്കരികിലിരുന്ന് രാമായണം വായിച്ചിരുന്നൊരു തലമുറ ആയിരുന്നു അവരുടേത്. ഈശ്വരനാമം കേട്ട് പരലോകം പൂകുകയെന്ന സങ്കൽപ്പമാകാം ഒരുപക്ഷേ ഇതിനാധാരം.

പകുത്ത് കിട്ടിയ ശീലങ്ങളിൽ കാലം കഴിച്ചതു കൊണ്ടാകും കർക്കടകമെത്തുമ്പോളന്നാരും പ്രത്യേകം ഗ്രന്ഥം തേടാറില്ല. ഏടു പിന്നിത്തുടങ്ങി, നിറം മങ്ങിയ പുറം ചട്ടയോടെയെങ്കിലും രാമായണമവർക്കെന്നും കയ്യകലത്തുണ്ടായിരുന്നേ.

കുട്ടിക്കുപ്പായം

ചില സ്നേഹങ്ങൾ അങ്ങനെയാണ്, അപ്രതീക്ഷിതമായി കടന്നു വരുന്നവ. മറ്റു ചിലപ്പോൾ ഒരു ചേർത്തു നിറുത്തലിന്റെ നനുത്ത തലോടൽ പോലെ. കൂടെയുണ്ടോന്നോർമ്മപ്പെടുത്തി, കരുതലിന്റെ ആലിംഗനം നൽകി അങ്ങനെയങ്ങനെ. നാലും വെച്ച് ഗണപതി യ്ക്കിലയിട്ട്, ഉപ്പും മധുരവും വിളമ്പി, ക്രമത്തിൽ കറികൾ നിരത്തി, കിഴക്കോട്ടിലയിട്ടിരുത്തി ഭക്ഷണം വിളമ്പിത്തരാൻ അമ്മൂമ്മയ്ക്ക് ശേഷം അതിലും കണിശമായി ചിട്ട പാലിക്കുന്നൊരു പങ്കാളിയെ കിട്ടിയതുകൊണ്ട് അക്കാര്യത്തിലൊരു മുടക്കമിന്നും പതിവില്ല.

മൂന്ന് പതിറ്റാണ്ടു മുമ്പൊരു പിറന്നാളിന് ഒരു കുട്ടിക്കുപ്പായ ത്തിന് (അതും ആൺകുട്ടികളുടേത്) വേണ്ടി വാശി പിടിച്ചൊരു ജന്മദിനം ഇപ്പോഴും ഓർമ്മ വരുന്നു. പെൺകുട്ടികൾ ടീഷർട്ടും ട്രൗസറും വളരെ വിരളമായി ഇട്ടുകൊണ്ടിരുന്ന കാലത്ത് പിന്നീടി ന്നോളം ആധുനികതയോട് ഒരു തരത്തിലുള്ള താൽപര്യവും പ്രക ടിപ്പിച്ചിട്ടില്ലാത്ത എന്റെ മനസ്സിലെ ഒരു വേറിട്ട മോഹം. ജോലിക്കു പോകാൻ നിൽക്കുന്ന കുഞ്ഞമ്മയ്ക്കു മുൻപിൽ സങ്കടങ്ങളും പരാ തികളും കണ്ണുനീരായി ഒഴുകി. പുതുതായി തുന്നിച്ച പട്ടുപാവാട, തന്നെ ഒഴിവാക്കുന്നതിൽ അപ്പുറത്തിരുന്നെന്നെ നോക്കി പരിഭവം പറഞ്ഞത് മനപ്പൂർവ്വം കണ്ടില്ലെന്ന് നടിച്ചു.

വൈകീട്ട് കുഞ്ഞമ്മ ഓഫീസിൽ നിന്നു വരുമ്പോൾ കുട്ടിക്കുപ്പാ യവും കയ്യിലെത്തി. പിന്നീടൊരാഴ്ച അത് ഞാൻ കയ്യിൽ നിന്ന് ചുവട്ടിൽ വെച്ചിട്ടില്ല. തുടർന്ന് കയ്യിലെടുത്തിട്ടുമില്ല എന്ന് പറ ഞ്ഞാൽ കഥാന്ത്യം ചിന്ത്യം... പ്രത്യേകിച്ചൊന്നിനോടും വാശി കാണി ച്ചിട്ടില്ലെന്ന് ഉറ്റവർ വിലയിരുത്തുന്ന എന്റെ ബാല്യത്തിൽ ചോദിച്ച് നേടിയെടുത്ത ഈ പിറന്നാൾ സമ്മാനത്തിൽ തുടിച്ച് നിന്ന് വാത്സ ല്യത്തിന്റെ സാമീപ്യം ഞാനിന്നും അറിയുന്നു. സ്നേഹം ചാലിച്ചു ചേർത്ത് സ്വരുക്കൂട്ടി വെയ്ക്കുന്ന പിറന്നാളോർമ്മകളിലേക്ക് ഇനി ഇതും കൂടി... ■

നുറുങ്ങുകൾ

"ചിരകാലമങ്ങനെ
ചിതൽ തിന്നു പോയിട്ടും
ചിലതുണ്ട്
ചിതയിന്മേൽ വെക്കുവാൻ"

- അയ്യപ്പപണിക്കർ

വയ്ക്കോലു മണക്കുന്ന കൊയ്ത്തു കാലത്താണ് അമ്മാവൻ കൊല്ലാവധിക്കെന്നും നാട്ടിലെത്തുക. ആ സമയത്തു തന്നെയായിരിക്കും പുര പൊളിച്ച് മേയുന്നതും. ഏറെ വൈകി പണികളെല്ലാം തീർത്ത് കുളത്തിൽ കുളിക്കാൻ പോകുന്ന അമ്മയ്ക്ക് കൂട്ടു പോകേണ്ട ഉത്തരവാദിത്തം അന്നെനിയ്ക്കാണ്.

അക്കാലം ഞങ്ങളുടെ നാട്ടിൽ ഒരു ലൂയീസ് ഉണ്ടായിരുന്നു. ആൾ ആരെന്നോ എന്തെന്നോ എനിക്കത്ര തിട്ടം പോരാ. ബുദ്ധിസ്ഥിരതയില്ലാത്ത പെരുമാറ്റമാണ് കക്ഷിയുടെ പ്രത്യേകത വീടിനന്ന് തുറന്ന വരാന്തയായിരുന്നു. എപ്പോഴുമവിടെ ഒന്നു രണ്ടു ബഞ്ചു കിടക്കുന്നുണ്ടാകും. വന്നു കയറുന്നവർക്ക് ഇരിക്കാനും അമ്മാവന്മാർക്ക് കിടക്കാനുമൊക്കെയാണത് ഉപയോഗിക്കുക. അങ്ങനെ ഒരു ദിവസം അർദ്ധരാത്രിയോടടുത്ത് വീടിനു പുറത്ത് നിന്നും എന്തോ ശബ്ദം കേട്ട് ജനൽ തുറന്ന് നോക്കിയ അമ്മൂമ്മ കാണുന്നത്. പുറത്തെ ബഞ്ചിലിരുന്ന് പരസ്പര ബന്ധമില്ലാതെ എന്തൊക്കെയോ പറയുന്ന ലൂയിസിനെയാണ്. ഞാനും അന്നാണ് ഇയാളെ ആദ്യമായി കാണുന്നത് അമ്മൂമ്മയുടെ ഭീഷണിയിൽ അപ്പോൾ തന്നെ അയാൾ ഇറങ്ങിപ്പോയെങ്കിലും അന്ന് നന്നേ കുഞ്ഞായിരുന്ന എന്റെ പേടിസ്വപ്നങ്ങളിൽ ആ രൂപം പിന്നെയും കുറച്ചിടെ ഭീഷണിയുയർത്തി.

അപ്പോൾ പറഞ്ഞ് വന്നത് ഈ സംഭവത്തിനുശേഷം ഒരു ദിവസം അമ്മയ്ക്കൊപ്പം കുളത്തിൽ കൂട്ടു പോകുന്നിടത്താണ്

കഥയുടെ പ്രധാനഭാഗം അരങ്ങേറുന്നത് പൊതുവേ അങ്ങേയറ്റം ഭയത്തോടെ എന്തിനേയും നോക്കി കാണുന്ന അമ്മ എന്നെ. ചുറ്റുപാടുകളുടെ നിരീക്ഷണ ചുമതല ഏർപ്പെടുത്തി പാമ്പ് തുടങ്ങി മറ്റ് അപകടകരമായ എന്തുതന്നെ കണ്ടാലും ഉടനെ അമ്മയെ അറിയിച്ചിരിക്കണം എന്നതാണ് നിബന്ധന.

ഞാനെന്റെ കഴിവ് മുഴുവൻ പുറത്തെടുത്ത് ജോലി ആരംഭിച്ചു. അപ്പോഴാണ് മറുകരയിൽ എന്തോ അനങ്ങുന്നത് കാണുന്നത്.

"അമ്മേ, അവിടെ എന്തോ അനങ്ങുന്നു."

ഞാൻ ജാഗരൂകയായി. കൊക്കിന്റെ തലയാകും ആദ്യത്തെ ഉത്തരവും സ്വയം തന്നെ കണ്ടെത്തി അറിയിച്ചു. അല്ല, മറ്റെന്തോ ആണ് രണ്ടാമത്തെ ചിന്തയും മറച്ചു വെക്കാതെ പടച്ചു വിട്ടു. അവസാനം അന്തിമ നിലപാടിലെത്തി ഇതൊന്നുമല്ല. ലൂയീസിന്റെ കാലാണെന്നാണ് തോന്നുന്നത്. നിലപാടുകൾ തുടരെ തുടരെ മാറുന്നത് കണ്ട് അമ്മയ്ക്ക് ദേഷ്യം വരാൻ തുടങ്ങിയിരുന്നു ചെറിയ കുട്ടി ആയിരുന്നതിനാൽ അന്നടി കിട്ടിയില്ലെന്നുമാത്രം.

മറ്റൊരിക്കൽ കുപ്പി പാട്ട പെറുക്കാനെന്ന പേരിൽ വീടുകളിൽ അതിക്രമിച്ച് കയറി മോഷണം നടത്തിയിരുന്ന അന്യ ദേശക്കാരെ കൊണ്ട് ബുദ്ധിമുട്ടനുഭവിച്ചിരുന്നൊരു സമയമുണ്ടായിരുന്നു. വീടിനു പുറത്ത് വെയ്ക്കുന്ന പാത്രങ്ങൾ, ഇരുമ്പുപകരണങ്ങൾ എന്നിവ അകത്തുള്ളവരുടെ കണ്ണു തെറ്റിയാൽ എടുത്തു കൊണ്ടു പോകലാണ് ഇവരുടെ പണി.

കൂട്ടമായാണ് അവരെത്തുക. ഒരുച്ച സമയം ആളുകൾ ചെറുമയക്കം പിടിക്കുന്ന നേരം നോക്കി എത്തിയവരെ അമ്മ എങ്ങിനെയോ കണ്ടു. അവരുടെ കഷ്ടകാലത്തിനോ അമ്മയുടെ നല്ല കാലത്തിനോ അന്നേരമവിടെയൊരു പാമ്പ് വന്നു.

"ദേ, കണ്ടില്ലേ, പാമ്പ് വരുന്നത് ആ കാവിനുള്ളിൽ നിറയെ പാമ്പാണ്, ഞാനൊന്നു വിളിച്ചാൽ മതി അവരിറങ്ങി വരും."

അപ്പറഞ്ഞത് അവരെത്ര വിശ്വസിച്ചു എന്നതിൽ ചിന്ത വേണ്ട. പകരം ഇനിയിവിടെ നിന്നാൽ പിടിക്കപ്പെടും എന്ന ബോദ്ധ്യം കൊണ്ടാകും കളവു മുതലുപേക്ഷിച്ച് അവർ പൊയ്ക്കളഞ്ഞു എന്നതിലാണ് കാര്യം.

ഓർമ്മകളാണേ, നുറുങ്ങോളമുണ്ടേ, പലതായി പല കാലമേറിയോരാ. പറയാതിരിക്കാൻ തോന്നുന്നില്ല, മാഞ്ഞും മറഞ്ഞും പോകുന്നില്ല... ■

കുഴിയാന

ഇവിടെ പരതിയ ബാല്യവും ഇവരെ പരിചയപ്പെടുത്തിയ മാതൃത്വവും എന്നിലേക്കുതന്നെ ആകുമ്പോൾ, ഇന്നുമാ കുഴികളിലൊന്നു ഈർക്കിളിയിട്ടിളക്കാൻ മനസ്സ് വെമ്പുന്ന പോലെ. വിറകുപുരയുടെ കൽച്ചുമരിന് താഴെ മൺപരപ്പിനുള്ളിൽ സ്വയം കൂടുതീർത്തവരെ, പുറത്തെടുത്ത് മുന്നോട്ടും പിന്നോട്ടും നടന്നു നീങ്ങുന്നത് ചൂണ്ടി 'കുഴിയാന' എന്ന് ആദ്യം പറഞ്ഞതമ്മയാണ്.

കറുപ്പിൽ ചാരനിറമാർന്ന്, മണ്ണിൽ പതുങ്ങിയവരെ നോക്കി ഇന്നവനും ഉറക്കെ വിളിച്ചു കൂവി.

അമ്മേ, കുഴിയാന...

■

ഓർമ്മമരത്തണലിൽ

കിഴക്കേ മുറ്റത്തെ മൂവ്വാണ്ടൻ മാവിന്റെ ചുവട്ടിലൂടെ വടക്കേ മൂല യിലെ പാമ്പിൻകാവ് ലക്ഷ്യമാക്കി നടക്കുമ്പോൾ പുറകിൽ നിന്ന് മകൻ വിളിച്ച് പറഞ്ഞു.

"അമ്മേ, പാമ്പുണ്ടാവും യ്ക്ക് പേട്യാ... ഞാൻ വരില്ല്യ."

ആറു വയസ്സുകാരന്റെ കൊച്ചറിവിനോട് തർക്കിക്കാതെ വീണ്ടും ഞാൻ നടന്നു. കാൽച്ചുവട്ടിൽ ഞെരിഞ്ഞമരുന്ന പ്ലാവിലകളിൽ ഇന്നലെപ്പെയ്ത മഴയുടെ നേർത്ത നനവ്. പച്ചപ്പുല്ലുകൂടി നിൽ ക്കുന്ന കാവിൽ ചിത്രകൂടക്കല്ല് കാണാതായിരിക്കുന്നു. മുടങ്ങാതെ അന്തിത്തിരി വെച്ചിരുന്ന പ്രതിഷ്ഠയ്ക്കു മുൻപിൽ മനസ്സ് കൊണ്ട് തൊഴുതു നമസ്കരിക്കുമ്പോൾ എന്തിനെന്നറിയാതെ കണ്ണ് ഈറ നാർന്നു.

"മോളേ..."

പെട്ടെന്നാരോ വിളിച്ചത് കേട്ട് തിരിഞ്ഞ് നോക്കുമ്പോൾ അസ്തി വാരം പോലും തിരിച്ചറിയാത്ത വിധം തായ്‌വേരു നഷ്ടപ്പെട്ടു പോയ തറവാട് എന്നെ നോക്കി പരിചയം പുതുക്കി.

"മോളേ... നിനക്കെന്താ ന്റെ കുട്ട്യേ... ചെകിട് കേട്ടൂടേ?"

വീണ്ടും ആ ശബ്ദമെന്റെ കാതിലിരമ്പി. വെളുത്ത ഒറ്റ മുണ്ടും, ചുവന്ന ബ്ലൗസുമിട്ട് ജരാനരകൾ ബാധിച്ചിട്ടും പൂർണ്ണമായി കൊഴിഞ്ഞു പോകാതെ, തുമ്പ് കെട്ടിയിട്ട നീളൻ മുടിയും മുറുക്കിച്ചു വന്ന ചുണ്ടിൽ നേർത്ത പുഞ്ചിരിയുമായി അമ്മൂമ്മ മുന്നിൽ വന്ന് നിൽക്കുന്നു.

"അമ്മൂമ്മ ഇവിടെ എന്തെടുക്കാ?" എന്ന ചോദ്യത്തിന് "ഇപ്പോ ഴെങ്കിലും ഒന്ന് വരാൻ തോന്നീലോ നന്നായി" എന്നായിരുന്നു മറു പടി.

"പറമ്പാകെ നശിച്ചു മനുഷ്യവാസം ഉണ്ടെങ്കിലല്ലേ പറഞ്ഞിട്ട് കാര്യള്ളൂ. അടീലത്തെ പറമ്പിലെ കിണറ്റില് ന്നാളൊരു കോഴി

വീണ് ചത്തു. ആരോട് പറയാനാ, പറഞ്ഞാൽ തന്നെ ആർക്കാ അതൊക്കെ നോക്കാൻ നേരം. നീയ്യറിഞ്ഞോ കുട്ട്യേ... തെക്കേ വേലിക്കൽ നിന്റേട്ടൻ വെച്ച ശിവലിംഗം കഴിഞ്ഞ മഴയ്ക്ക് വീണത്."

"ഉം..." ഞാൻ പതുക്കെ മൂളി.

"വടുക്കോറത്തെ തെങ്ങും. പാമ്പിൻകാവിലെ അത്തിമരോം വയ്ക്കോല് കൂട്ടാറുള്ള ചന്ദ്രക്കാരന്റെ മാവും ഒക്കെ നശിച്ചില്ല്യാണ്ടായി.

ഓരോന്നും ഓരോരുത്തർക്കും വീതിച്ച് കൊടുത്തതോടെ ന്റെ ഉത്തരവാദിത്തം തീർന്നൂലോന്ന് വിചാരിച്ചതാ.... പക്ഷേ, ഇപ്പോ കാരണവന്മാരായിണ്ടാക്കിയതൊക്കെ കുട്ട്യോള് കാട് പിടിപ്പിക്കണത് കാണുമ്പോൾ സ്വയം ഉള്ള് നീറ്റാനല്ലാണ്ട് ഈ വയസ്സിയെ കൊണ്ട് എന്താവാനാ?"

വരിയ്ക്കപ്ലാവിലെ പഴുത്ത ചക്കയുടെ മണം മൂക്കിലേക്ക് തുളച്ച് കയറി. മുമ്പിലെത്ര കൊണ്ട് വെച്ചാലും ഒറ്റ ചുള പോലും സ്വാദ് നോക്കാതിരുന്ന പഴയ കാലം മാറി. ഇന്നിത് കാണണമെങ്കിൽ ടൗണിലെ പച്ചക്കറിക്കടക്കാരൻ തന്നെ കനിയണം. ജാതി മരത്തിന്റെ മുകളിലിരുന്ന് രണ്ട് കാക്കകൾ മത്സരിച്ചാരെയോ വിരുന്ന് വിളിക്കുന്നുണ്ട്. ആഗ്രഹിച്ചവന് ലഭിക്കാതെയും കിട്ടി ബോധിച്ചവന് ഉപകാരപ്പെടാതെയും പോയ മണ്ണിന്റെ കാവലാളുകൾ ഇന്ന വരൊക്കെയാണ്.

"നീയ്യെന്താ ആലോചിക്കണേ?" അമ്മൂമ്മയുടെ ചോദ്യം എന്നെ ചിന്തയിൽ നിന്നുണർത്തി. "കരിങ്കുട്ടിക്കും നീശച്ചൊവ്വയ്ക്കും കള്ളും തവിടും കൊടുത്തിട്ട് ശ്ശി കാലായി. ഇപ്പൊ പാമ്പുമ്മാർക്ക് മാത്രം മുടങ്ങാതെ തിരിവെപ്പുണ്ട്. അതും എത്ര കാലത്തേക്കാന്ന് ആർക്കറിയാം. വീതം കിട്ട്യോർക്കൊക്കെ എത്രയും വേഗം ഇതൊന്ന് കണ്ടം തുണ്ടമാക്കി വിറ്റാ മതീന്നാ. പെട്ടിക്കനം കൂടിയവനു വേണ്ടിയുള്ള കാത്തിരിപ്പിലാ ഓരോരുത്തരും. അടുക്കള കിണറ്റിലെ പ്രാവോൾക്കും യ്ക്കും മാത്രല്ലേ ഇവ്ട്ന്ന് പോവ്വാൻ തോന്നാണ്ടുള്ളൂ. നിധി കാക്കണ ഭൂതങ്ങളായി ഞങ്ങള് ചിലരിങ്ങനെ ഒറ്റയ്ക്കിവിടെ."

പറഞ്ഞു നിർത്തിയപ്പോൾ അമ്മൂമ്മയുടെ ശബ്ദമിടറി. കടക്കണ്ണിലെ നനവ് ഒറ്റമുണ്ടിന്റെ തലകൊണ്ട് ഞാൻ കാണാതെ തുടയ്ക്കുന്നത് കാണാമായിരുന്നു.

അമ്മേ, പോവാം,

മകന്റെ ഉച്ചത്തിലുള്ള വിളി കേട്ട് പാതി ഉറക്കത്തിൽ നിന്നെന്ന പോലെ ഞാനുണർന്നു. കണ്ണ് തുറക്കുമ്പോൾ മുൻപിൽ അമ്മൂമ്മയില്ല.

ജീവിതത്തിന്റെ ആദ്യപാതിക്ക് താങ്ങിടം തന്ന തറവാട് മാത്രം ബാക്കി.

"ഋതുപ്പകർച്ചകളേറെ കണ്ടു നിന്ന മണ്ണിനോട് മനപ്പൂർവ്വം യാത്ര പറയുന്നില്ല. ഇവിടെ എന്റെ വേരുകളുറങ്ങുന്നു. അവകാശ തർക്കങ്ങളുടെ അധികാരപത്രങ്ങൾക്കു പോലും പറിച്ചു മാറ്റാനാകാതെ."

■

പെങ്ങടയ്ക്ക

വർഷങ്ങൾക്കു ശേഷം ഇന്നെനിക്കൊരു പെങ്ങടയ്ക്ക കിട്ടി.

അമ്മൂമ്മേ എന്ന് വിളിച്ച് അകത്തേക്കോടാനായിരുന്നു ആദ്യ ശ്രമം. പക്ഷേ, ഓർമ്മകൾ പെട്ടെന്ന് കാലുകളിൽ കടിഞ്ഞാണിട്ട പോലെ.... എന്നിൽ വാത്സല്യത്തിന്റെ പെരുമഴക്കാലം തീർത്ത മുത്തശ്ശിമരം അരങ്ങൊഴിഞ്ഞിട്ട് വർഷം കുറച്ചായി. നാലുംകൂട്ടി മുറുക്കാൻ അമ്മൂമയില്ലാത്ത വീട്ടിൽ അനാഥയായിപ്പോയ "പെങ്ങ ടയ്ക്ക" പടിയകന്ന ദിനങ്ങളെ വീണ്ടും ഓർമ്മപ്പെടുത്തി.

പച്ചശരീരത്തിൽ വെള്ള തൊപ്പിയിട്ട കുഞ്ഞൻ പെങ്ങടയ്ക്ക കളോട് അമ്മൂമയ്ക്കെന്നും ഏറെ പ്രിയമായിരുന്നു. പല്ലില്ലാത്ത വായിൽ മുറുക്കാനൊഴിഞ്ഞ് നേരമില്ലെന്ന് പരാതി പറയുമ്പോഴും കുട്ടിയടയ്ക്ക തപ്പി പറമ്പാകെ പരതുന്നത് എന്റെ മാത്രം അവകാ ശവും. നടുമുറിച്ചാൽ ഇളംകരിക്കിന്റെ ഉൾഭാഗം പോലെ നേർത്ത വെള്ളത്തോടും ചെറിയ കാമ്പോടും കൂടിയ പെങ്ങടയ്ക്കകൾ, തളിർ വെറ്റില ചേർത്ത് മുറുക്കിയാൽ പൂർണ്ണതൃപ്തിയില്ലെന്ന് ഇടയ്ക്ക മ്മൂമ സങ്കടം പയും. അന്നേരം പഴുക്കടയ്ക്ക കുഞ്ഞുരലിലിട്ട് ഇടിച്ച് കൊടുക്കുമെങ്കിലും തൊണ്ണു വേദന കാരണം പിന്നെയും പെങ്ങ ടയ്ക്ക തന്നെ ശരണം.

സ്കൂളു വിട്ടു വരുമ്പോൾ മിഠായിയേക്കാളേറെ ഒരു ദിവസം പോലും മുടങ്ങാതെ അക്കാലത്ത് ഞാൻ വാങ്ങിയിരുന്നതാകട്ടെ വെറ്റിലയും പുകയിലയും. ഒരു രൂപയ്ക്ക് പതിനഞ്ചോളം വെറ്റില കിട്ടും. ചെറുകണ്ണിയിൽ നിന്ന് ഒരില പുകയില കൂടിയായാൽ മുത്തശ്ശി മനം സന്തോഷം കൊണ്ടു നിറയും. അന്നേരം അമ്മൂമ്മ ചുണ്ടിൽ വിരിഞ്ഞിരുന്ന പുഞ്ചിരിയ്ക്ക് നൂറ്മിഠായി കഴിച്ചാലും കിട്ടാത്ത മധുരമായിരുന്നു.

കുഞ്ഞുരലും കുഞ്ഞുലക്കയും ഓട്ടു താംബോളവും ഇന്നെവി ടെയെന്നറിയില്ല. തറ പോലും മൺപുറ്റായി മാറിയ തറവാടിന്റെ

ഏതെങ്കിലും ഒരു കോണിൽ അവയുണ്ടാകാം. 'നാരായണ' നാമം ചൊല്ലുന്ന നേർത്ത ശബ്ദത്തിനൊപ്പം മുറുക്കാനിടിക്കുന്ന താളവും മുറുകുന്നുണ്ട്. എല്ലാം എന്റെ മനസ്സിലാണെന്നു മാത്രം.

ഞാനിനി എന്ത് ചെയ്യണം എന്നു ചോദിക്കുന്നതുപോലെ പെങ്ങടയ്ക്ക എന്നെ തന്നെ ഉറ്റു നോക്കുന്നു. പ്രിയ സുഹൃത്തേ, നിന്നെ ഞാൻ ലഭിച്ചിടത്തു തന്നെ ഉപേക്ഷിക്കുന്നു. കാലം കാത്തു വെച്ച മറ്റൊരു മുത്തശ്ശിപ്പൂവിനു വേണ്ടി... ■

ചില്ലറപ്പെയ്ത്ത്

ഇത്തിരി പോന്നൊരു തുണിയിൽ ഒത്തിരിയില്ലാതെ കൂട്ടി വെച്ച നാണയത്തുട്ടുകൾക്ക് പഴമയുടെ നേർത്ത ഗന്ധം. മുണ്ടിൻപെട്ടിയുടെ ഒഴിഞ്ഞ കോണിൽ അലക്കി വെച്ച ജഗന്നാഥൻ മുണ്ടിനടിയിൽ ഭദ്രമായവ വെച്ചിട്ട് നാളേറെയായിരിക്കുന്നു. നഗരത്തിലെ സ്വകാര്യ സ്ഥാപനത്തിൽ കാവൽജോലിക്ക് പോയിരുന്ന മൂത്ത അമ്മാവൻ മാസാരംഭങ്ങളിൽ സ്ഥിരമായി തന്നേൽപ്പിച്ചിരുന്ന ഈ ചില്ലറ പൈസകൾക്കിന്നും എന്നോട് പറയാൻ ഒരു മിഠായിമധുരത്തിന്റെ കഥ തന്നെ ഉണ്ട്. ബസ് ചാർജിനായി തന്നേൽപ്പിക്കുന്ന തുകയിൽ നിന്നും മിച്ചം പിടിച്ച് കാരയ്ക്ക മിഠായിയും പുളിമിഠായിയും തേൻ നിലാവും വാങ്ങിക്കഴിച്ച ഒരു വിദ്യാലയ കാലത്തിന്റെ കഥ.

ആവശ്യത്തിന് എന്തും സാധിച്ചു കിട്ടുമെങ്കിലും ഇന്നത്തെ കുട്ടി കളെ പോലെ കിറ്റ് കാറ്റും ഡെയ്റി മിൽക്കും അനുസ്യൂതം കൈകളി ലെത്തുന്ന സാഹചര്യങ്ങൾ അന്ന് നിലവിലില്ല. 5-ാം ക്ലാസ്സിൽ കുറച്ച് ദൂരമകലെയുള്ള സ്കൂളിലേക്ക് ബസ് യാത്ര ആരംഭിച്ചതോടെയാണ് ഈ ചില്ലറപ്പൈസകൾ എന്നെ തേടി വന്നു തുടങ്ങിയത്. വിഷു കൈനീട്ടം കഴിച്ചാൽ സ്വന്തം കൈമുതലായി വന്നു ചേർന്ന ഈ നാണയങ്ങളിൽ, ഞാനടക്കം കൂട്ടുസൗഹൃദങ്ങളിൽപ്പലരും മിഠായി മധുരം ചേർത്തതും ഇത്തരത്തിൽ തന്നെ.

പത്ത് പൈസയിൽ ആരംഭിച്ച പഠനാരംഭകാലത്തെ ബസ് ചാർജ്ജ് അവസാന വർഷങ്ങളിൽ 50 പൈസയിലെത്തി അവസാ നിപ്പിക്കുമ്പോഴും സ്കൂളിനടുത്തുള്ള ബസ്സ്സ്റ്റോപ്പിനോടു ചേർ ന്നുള്ള കടകളിൽ കയറി കാരയ്ക്ക നുണയാൻ ആരും മറന്നിരു ന്നില്ല. ചില ദിവസങ്ങളിൽ കൂട്ടത്തോടെ ബസ് കയറൽ ഉപേക്ഷിച്ച് കാൽനട യാത്ര വരെ നടത്തിയും ചില്ലുഭരണിക്ക് മുൻപിൽ ഞങ്ങൾ കാത്തു നിന്നു.

കലാലയ കാലവും വേറിട്ടതായിരുന്നില്ല. സാൻഡ്‌വിച്ചും ബർഗറും കട്‌ലറ്റും രുചി കയ്യേറിയ കാലത്ത്, വഴി മദ്ധ്യേയുള്ള

അമ്മൂമ്മയുടെ പെട്ടിക്കടയിലെ ചില്ലു പാത്രങ്ങളിലിരുന്ന് തേൻനിലാവ് വീണ്ടും തേനൂറി വിളിച്ചതോടെ ശീലങ്ങളിലേക്ക് തിരിച്ച് നടക്കാൻ എളുപ്പമായി. ഭഗവതിക്കും മറ്റും ഉഴിഞ്ഞു വെയ്ക്കുമ്പോൾ കാൽ രൂപ നാണയം കൂട്ടി, കാലും മുക്കാലുമൊക്കെയായി തുക ചേർക്കുന്നൊരു രീതിയുണ്ടായിരുന്നു പണ്ട്. ഇന്ന് കാലണ കിട്ടാൻ നാണയ ശേഖരണക്കാർക്ക് ഇരട്ടി രൂപ നൽകേണ്ടി വരുന്ന യാഥാർത്ഥ്യത്തെ പേടിച്ച് ഒറ്റ രൂപയിലേക്ക് വിശ്വാസം പോലും സ്വയം വഴി മാറിക്കഴിഞ്ഞു.

സാമൂഹ്യ വിപണി മേഖലയിൽ കാലണ നാണയത്തിന് ഒന്നര ലക്ഷം രൂപയോളം മൂല്യമുണ്ടെന്ന പുതുഅറിവിലൂടെ നാമിന്ന് കടന്നു പോകുമ്പോൾ തലമുറകൾ കരുതി വെച്ച നാണത്തുട്ടുകൾക്കിനി മതിപ്പേറും.

ജനാലപ്പടിയിലും വാതിൽ മുകളിലെ മത്യേത്തിനുള്ളിലും അമ്മൂമ്മയുടെ ചെല്ലപ്പെട്ടിയിലും തപ്പി, ഇനി തെക്കേ ചെയ്പ്പിലെ കുഞ്ഞലമാര കൂടിയേ പരതേണ്ടു. ഒരു ചില്ലറപ്പെയ്ത്തു കാലത്തിന്റെ ഓർമ്മ തേടി... ■

തിലോദകം

ബാല്യത്തിന്റെ നറുമണം മാറാത്ത ഇടനാഴികളിൽ ഓർമ്മകൊണ്ടു ഞാനിന്നും അലയാറുണ്ട്. ചിന്തകൾക്ക് കനം വെയ്ക്കാതിരുന്ന അക്കാലത്തോളം പിന്നീടൊന്നിനോടുമേറെ ആത്മാർത്ഥത തോന്നിയിട്ടില്ലെന്ന തിരിച്ചറിവിൽ, ആ പഴയ മഞ്ചാടിമണികൾ പെറുക്കി പെറുക്കി നെടുവീർപ്പിട്ടങ്ങനെ...!

ഇന്നലെകൾക്ക് ചില രക്തബന്ധങ്ങളുടെ അടിയുറപ്പുകൂടി ഉണ്ടായിരുന്നെന്ന് ഇന്നറിയാം. ഒരു ദശാബ്ദം മുൻപൊരു മിഥുനത്തിൽ അമ്മൂമ്മ പടിയിറങ്ങിപ്പോയതിൽ പിന്നെ, വേരടർന്നൊരു തറവാടിന്റെ അടിത്തറ പരതി ഞങ്ങളിൽപ്പലരുമിന്നും വഴിതെറ്റി അലയുന്നതും അതുകൊണ്ടുതന്നെ.

“വടക്കുന്നാഥന് സുപ്രഭാതം പാടി വണ്ണാത്തിക്കുരുവികൾ” വിളിച്ചുളണർത്തിയിരുന്ന പ്രഭാതങ്ങൾ. വീട്ടിൽ നിന്ന് അധികമകലെയല്ലാതിരുന്ന ക്ഷേത്രത്തിലെ സുപ്രഭാത ഗീതങ്ങളിന്നും മനസ്സിലൊരു നനുത്ത പകലിന്റെ ഓർമ്മ ബാക്കി വെക്കുന്നു.

ഞാനെഴുന്നേൽക്കും മുൻപേ തന്നെ, വടക്കേ ഇറയത്തോട് ചേർന്നുള്ള താഴ്‌വാരയുടെ ഉമ്മറപ്പടിക്കു താഴെ നിന്നും അമ്മൂമ്മ മുറുക്കാൻ ചതയ്ക്കുന്ന ശബ്ദം കേൾക്കാം. വടക്കോറത്തെ കറിവേപ്പിൻമേൽ ഇരുന്ന് കരയുന്ന കാക്കകളുടെ എണ്ണമെടുത്ത് പല്ലുതേച്ച് തിരിച്ചു വരുമ്പോഴേക്കും ഒരു ഗ്ലാസ്സ് കട്ടൻചായ കയ്യിൽ വെച്ചു തരും. ഞാനടക്കം വീട്ടിലുള്ള ഓരോരുത്തരുടെയും, പകലുകളിലേക്കുള്ള പ്രയാണം അവിടെത്തുടങ്ങും. സ്കൂളിലേക്കുള്ള ചോറ് പൊതിയുന്നിടത്തും, പുറത്തിറങ്ങാൻ നേരം യാത്ര പറയാനും അമ്മൂമ്മയ്ക്ക് പകരമാരേയും ഞാനൊരിക്കലും തേടിയിട്ടില്ല.

കണ്ണിമാങ്ങയും ചെറുനാരങ്ങയും നെല്ലിക്കയും കടുമാങ്ങയുമടക്കം ഉപ്പിലിട്ടതുകൾ കാലഭേദമനുസരിച്ച് ഭരണി കയ്യേറുമ്പോൾ അതിനു പിന്നിലെന്നും ആ മുത്തശ്ശിക്കയ്യുമുണ്ടായിരുന്നു. വൈകുന്നേരം മൂന്ന് മണി ആവുമ്പോഴേക്കും പിറ്റേ ദിവസത്തേക്ക് കറി

വെയ്ക്കാനുള്ള കഷ്ണം നുറുക്കി പാത്രങ്ങളിലായിട്ടുണ്ടാകും. അടയും അവിലും വിളയിച്ചതും അപ്പവുമെല്ലാം നാലുമണിപ്പലഹാരമായി അടുക്കള നിറഞ്ഞെങ്കിൽ, ഊതിപ്പുകഞ്ഞൊരു വിറകടുപ്പിനു പുറകിലും അമ്മൂമ്മ തന്നെ ആയിരുന്നു.

നന്നേ കുട്ടിക്കാലത്ത് വൈകീട്ട് ഏഴരയോടടുത്തു ആകാശവാണി വാർത്ത കേട്ട് അമ്മൂമ്മയോടൊത്തിരുന്ന് അത്താഴം കഴിച്ചാലേ എനിക്ക് ഇറങ്ങുമായിരുന്നുള്ളൂ. വലുപ്പം വരുത്തിയ ചില ശീലങ്ങളിലിതിന് മാറ്റം വന്നെങ്കിലും ഇടയ്ക്കെങ്കിലും ഞാനാ പതിവ് വീണ്ടും തേടിയിരുന്നു.

“അമ്മൂമ്മേടെ കാല്മ്മെ അവ്വാവ” എന്ന് വാശി പിടിച്ചിരുന്ന കുഞ്ഞുബാല്യത്തിന് “ഓമനക്കുട്ടൻ ഗോവിന്ദൻ ബലരാമനും പിന്നെ മേവുമ്പോൾ” താരാട്ടു പാടി കാലിൽ കിടത്തി, തട്ടി ഉറക്കിത്തന്ന മുത്തശ്ശിപ്പക്ഷി, ഞാനെന്റെ മകനെ ഉറക്കിയതും ആ പാട്ടു പാടി തന്നെ ആയിരുന്നു.

പാമ്പിൻകാവിലെ ചിത്രകൂടക്കല്ലിനടുത്തു പുല്ലു നിറയുന്നതും ഞാറ്റുവേല മാറ്റത്തിനൊപ്പം പറമ്പിലെ തെങ്ങിന്റെ കടയെടുക്കാനും പുരയുടെ കഴുക്കോലിന്റെ ബലക്കുറവറിഞ്ഞ് പുതിയത് മേയാനും മുടക്കം വരുത്താതെ, തറവാടിന്റെ തറക്കല്ലുറപ്പിച്ച് നിർത്താൻ ഇളനീർ കുഴമ്പൊഴിച്ച് തെളിച്ചം വീഴ്ത്തിയ കണ്ണുമായി അമ്മൂമ്മയെന്നും കാവലിരുന്നു.

ആണ്ടറുതികൾക്ക് ആചാരക്കൂട്ടു നൽകി, കാരണവന്മാർക്ക് അടിയന്തിരവും സർപ്പങ്ങൾക്ക് പാലും നൂറും കൊടുത്ത്, മുപ്പട്ടു ദിനങ്ങളിൽ മുറതെറ്റാതെ ദേവീദേവന്മാർക്ക് വഴിപാടുകൾ നടത്തി വിശ്വാസവഴികളെ പഠിപ്പിച്ചു തന്നെങ്കിലും പലതും പാലിക്കാൻ മറന്നു പോയതിന് കാലത്തെ കുറ്റം പറയുന്നതിൽ ഞങ്ങളുമൊരിക്കലും പുറകിലായില്ല.

വെറ്റിലയും പുകയിലയും വാങ്ങാൻ ഞാനിന്ന് കടയിൽ കയറാറില്ല, അടയ്ക്ക പെറുക്കാൻ പറമ്പിൽ പോകാറുമില്ല, പാള വിശറി ഉണ്ടാക്കി വേനൽച്ചൂടകറ്റാനോ പ്ലാവില കുമ്പിളു കുത്തി കഞ്ഞി കുടിക്കാനോ ഇന്നെനിക്കു ചുറ്റിലാരുമില്ല. മുള്ളുംകെട്ടു തലയിൽ വെച്ച് തെച്ചിക്കോടിയും പറമ്പു കിളയ്ക്കാൻ കൈക്കോട്ടുമായി കുഞ്ഞയ്യപ്പനും, അടയ്ക്ക പൊളിക്കുന്ന അന്നമ്മയും ഇന്ന് വരാറില്ല. പെരുന്നാൾ മധുരവുമായി ഇമ്പപ്പാപ്പയും ഇനി വരില്ല. അമ്മൂമ്മയോടൊപ്പം അവരൊക്കെ ഇന്നവിടെയാണെന്നനിക്കറിയാം.

തായ്വേരടർന്ന തറവാട്ടിൽ പച്ചപ്പുല്ലു വകഞ്ഞു മാറ്റി തിരി തെളിക്കാൻ ഒരു അസ്ഥിത്തറയില്ലെങ്കിലും കണ്ണകന്നിടത്തും മനസ്സകലാത്തൊരു അമ്മൂമ്മച്ചിത്രം മിഴികളിൽ കാത്ത് തിലോദകമർപ്പിക്കട്ടെ. ■

പലതും ചിലതും

അന്തിലംകാവിലെ ആൽത്തറച്ചോട്ടിൽ

മേടച്ചൂടിന്റെ കൊടും വേനലിൽ, ആണ്ടുതോറും വിരുന്നെത്തിയിരുന്നൊരു കൂട്ടുകാരനുണ്ടായിരുന്നെനിക്ക്, കുട്ടിക്കാലത്ത്... 'കരപ്പനെന്നുള്ള' പേരിൽ, കക്ഷിയെന്നെ ഏകദേശം അഞ്ചാം ക്ലാസുവരെ ശരിക്കും ബുദ്ധിമുട്ടിച്ചിട്ടുണ്ട്.

കറുകയിൽ മാധവൻ വൈദ്യരാണ് അക്കാലത്ത് ഞങ്ങളുടെ നാട്ടിലെ ആസ്ഥാന വൈദ്യൻ. ചിറ്റിലപ്പിള്ളിയിലുള്ള അദ്ദേഹത്തിന്റെ വൈദ്യശാലയിലേക്ക് അമ്മയോടൊപ്പം പോകുമ്പോഴാണ് അന്തിലംകാവിലമ്മയെ ഞാനാദ്യം കാണുന്നത്. പാണനെടോഴി കേറി പാടം കടന്നാൽ അന്തിലംകാവിനടുത്തെത്തും.

ആലിന് മുമ്പിൽ ഇടവഴിയിലായി നിറയെ വയ്ക്കോലുണക്കാനിട്ടിട്ടുണ്ടാകും അന്നൊക്കെ. എന്റെ നാട്ടിൽ സ്ഥിരക്കാരും അവിടത്തുകാരുമായ നാരേണ്യേമ്മയും മകൾ മല്ലികേച്ചിയുമൊക്കെ ചിലപ്പോൾ വഴിമദ്ധ്യേ നാട്ടുവർത്തമാനം പുതുക്കിയെത്തും.

ഞങ്ങളുടെ തട്ടകത്തമ്മയായ ആമ്പലങ്കാവിലമ്മയ്ക്ക് അന്തിലംകാവിൽ ഇരിപ്പുണ്ടെന്ന പഴമൊഴിയെ ഓർത്തെന്നോണം, കയ്യിലുള്ള ചില്ലറത്തുട്ട് പ്രാർത്ഥനയോടെ അമ്മ ആ നടയിൽ സമർപ്പിക്കുന്നത് കാണാം. അന്തിലംകാവ് ഭഗവതിയും ആമ്പലങ്കാവിലമ്മയും സഹോദരിമാരെന്ന ഒരു കേൾവി കൂടി നിലവിലുണ്ട്. സാധൂകരിക്കത്തക്ക തെളിവുകളൊന്നും കയ്യിലില്ലാത്ത പക്ഷം ഇവയെല്ലാം പഴങ്കഥകളായി തന്നെ രേഖപ്പെടുത്തട്ടെ.

അക്കാലം ചുറ്റമ്പലമോ മറ്റ് വിതാനങ്ങളോ ഇല്ലാതെ ആൽത്തറച്ചോട്ടിലാണ് ഭഗവതി സാന്നിദ്ധ്യമരുളിയിരുന്നത്. പിന്നീട് അന്നാട്ടുകാരുടെ നിരന്തര പരിശ്രമഫലമായി ഒരു ക്ഷേത്ര സംവിധാനത്തിലേക്ക് അവിടം രൂപപ്പെട്ടു.

വടക്കു ദർശനമായുള്ള, നൂറ്റാണ്ടുകൾ പഴക്കമുള്ള വനദുർഗ്ഗയാണിവിടുത്തെ പ്രതിഷ്ഠ. നിത്യപൂജകളും മറ്റും ഇല്ലാതിരുന്ന

കാലത്ത് ചുറ്റുവട്ടത്തെ അമ്മമാരത്രെ ഭഗവതിക്ക് തിരിവെച്ചിരുന്നത്. എല്ലാ വർഷവും ശിവരാത്രി നാളിൽ ഒരു കോമരത്തെ പ്രത്യേകം ഏർപ്പാടാക്കി അമ്മയുടെ അരുളപ്പാടുകൾക്കായി നാടുമൊത്തം കാവലിരിക്കും.

കാലാന്തരത്തിൽ അവസ്ഥകൾ മാറി. ശ്രീകോവിലും തിടപ്പിള്ളിയും അടക്കം ചുറ്റുപാടുകൾ നിലവിൽ വന്നു. കൂടാതെ പ്രതിഷ്ഠാദിനവും വേലയുമെല്ലാം വളരെ നല്ല രീതിയിൽ തന്നെ ആഘോഷിക്കപ്പെടുന്നു. ഒരു നവഗ്രഹ പ്രതിഷ്ഠ കൂടി ഈ ക്ഷേത്രസങ്കേതത്തിനോട് ചേർന്ന് ഇന്ന് നിലനിൽക്കുന്നതായി കാണാം.

ആമ്പലങ്കാവിലമ്മയുടെ പറ പുറപ്പാടിനോടനുബന്ധിച്ചുള്ള ദാരികവധം പാട്ട് അരങ്ങേറുന്നത് ഈ നടയിലാണെന്നതും മറ്റൊരു പ്രത്യേകത. രാത്രി ഏറെ വൈകി അവസാനിക്കുന്ന ഈ ചടങ്ങ് കഴിഞ്ഞ് പുലർച്ചയോടെ മാത്രമേ അടിയന്തിരക്കാർ ആമ്പലങ്കാവിലേക്ക് തിരികെ മടങ്ങൂ. ഇത് പാലിക്കാതെ വരുന്ന പക്ഷം പാടത്ത്, വഴി തെറ്റിപ്പോയ കഥകളും മറ്റും പഴമയിന്നും ഓർത്തു പറയുന്നു.

ചുറ്റമ്പലവും മതിൽകെട്ടുമില്ലാതെ, മാനം കണ്ട്, മണ്ണ് തൊട്ട് ആൽത്തറയിൽ കൂടി കൊണ്ടിരുന്ന കാലത്ത് കണ്ടതാണ് ഞാൻ അന്തിലംകാവിലമ്മയെ, വടവൃക്ഷച്ചോട്ടിലെ തണലരികിലങ്ങനെ....

■

പീടികത്തിണ്ണ

മഴയുതിരുന്ന സന്ധ്യയിൽ കുട ശീലമേൽ പതിയുന്ന കുഞ്ഞു തുള്ളിക്ക് കാതോർത്തും വൃശ്ചികക്കാറ്റിനോട് രഹസ്യം മൊഴിഞ്ഞും എരിഞ്ഞമരുന്ന മീനപ്പകലിനെ നോക്കി പായ്യാരം ചൊല്ലിയും കയ്യിലൊരു സഞ്ചിയും സാധന സാമഗ്രികളുടെ പേരുവിവരപട്ടികയുമായി പീടികയിൽ പോയിട്ടുണ്ടോ നിങ്ങൾ?

കടയിൽ പോയി വരുന്നതിന് ഇന്നത്തെപ്പോലെ ആനുകൂല്യങ്ങളൊന്നുമില്ലാത്ത കാലം. ജി.പേയും എ.ടി.എം പേമെന്റും നടപ്പില്ലാത്ത നേരം. പ്ലാസ്റ്റിക് അതിപ്രസരമേശാത്ത കടലാസു പൊതികളുടെ ലോകം.

ഇത്തരമൊരു പീടികക്കാലം എനിക്കുമുണ്ടായിരുന്നു. അന്നെന്റെ കുറിപ്പടിയിൽ ഉപ്പും മുളകും മുതൽ ബീഡി വരെ ഉണ്ടാകും. അമ്മൂമ്മയ്ക്ക് വെറ്റിലയും പുകയിലയും നിർബന്ധമെങ്കിൽ അമ്മാവന്മാർക്ക് വെള്ളയും, മഞ്ഞയും കാജാ ബീഡിയാകും ആവശ്യം. അമ്മയ്ക്ക് പിന്നെ പലവ്യഞ്ജനം മതി.

ഒന്നും രണ്ടും തവണവരെ കടയിൽ പോയിരുന്ന ദിനങ്ങളുണ്ട്. അക്കാലത്തിനായി സാമാനപ്പൊതികൾ ചരടിട്ടു മുറുക്കിയ പലരും ഇന്നില്ലെന്നു മാത്രം.

വിപണിയുടെ മുഖം മാറി, പലചരക്കുകടയെന്ന സംസ്കാരത്തിനു തന്നെ വില കുറവാണിപ്പോൾ അവശ്യവസ്തുക്കളെഴുതിയ തുണ്ടു കടലാസ്സും മാസാവസാനം തീർക്കുന്ന പറ്റുപുസ്തകവുമൊക്കെ കാലഹരണപ്പെട്ട മട്ടാണ്.

ഹൈപ്പറും സൂപ്പറുമായ കച്ചവട ലോകത്തിനിങ്ങിപ്പുറം ഇടയ്ക്കെങ്കിലും നമ്മുടെ നാട്ടുകവലയിലെ പീടികത്തിണ്ണകളിലുമൊന്നു പോയി നോക്കണം. സ്നേഹം കൊണ്ടൊത്തിരി കുശലം നടത്തി, കൈപ്പിടിയിൽ തികയാത്ത ചില്ലറത്തുട്ടിനോട് കലഹിക്കാതെ, വരും തവണത്തേക്കെന്നു കടം പറയാം. എന്തെന്നോ!! നമുക്കവിടെ പരിചിതരേറെയാണ്. നമ്മളറിയുന്നവർ നമ്മളേയും അറിയുമവർ. ■

കൈരേഖയും കാക്കോത്തിയും

നല്ലതുപറയും നന്നായി പറയും ഭൂതവും ഭാവിയും പറയും കൈ നോക്കാനുണ്ടോ നാട്ടാരേ... ഉത്സവപറമ്പിലെ വടക്കേ മൂലയിൽ കാലും നീട്ടിയിരുന്ന് വിളിക്കുന്നത് കാക്കോത്തിയാണ്. നമുക്കു മൊന്നു പോയാലോ...

ഭാവി അറിയാൻ കൈ നീട്ടിയ ഷാരത്തെ കുട്ടിക്ക് തത്തമ്മ എടുത്ത് കൊടുത്തത് രാമന്റെ പട്ടാഭിഷേക ചിത്രം. കഴിഞ്ഞ വേലയ്ക്ക് നാരേണ്യേമയ്ക്ക് കിട്ടിയത് ശിവപാർവ്വതിമാരെ ആയിരുന്നുത്രേ. "ആയമ്മേ കുറിച്ച് പറഞ്ഞതൊക്കെ സത്യായീന്ന്" ചില കാക്കോത്ത്യോള് പറഞ്ഞാ അച്ചട്ടാ പോലും ഇന്നലേം കൂടി അവരതിനെപ്പറ്റി പറഞ്ഞതേയുള്ളൂ.

മുറുക്കി ചോപ്പിച്ച ചുണ്ട്, തിളങ്ങുന്ന മൂക്കുത്തി, വട്ടത്തിലൊരു പൊട്ട്, തത്തയ്ക്ക് പകരം കയ്യിലൊരു താളിയോലക്കെട്ടും ഇന്നാളൊരിക്കെ വന്ന കാക്കോത്തി പതിവിന് വിപരീതായി കൂർത്തൊരു നാരായംപോലെ എന്തോ കയ്യിൽ തന്ന് താളിയോലയിൽ തൊടണംന്ന് പറഞ്ഞു കിട്ടുന്ന താളേതോ അത് വെച്ച് അവര് ലക്ഷണം പറയും.

"വേറൊരു രഹസ്യം കൂടീണ്ട് ട്ടോ. തെക്കേലെ ജാനൂന്റെ കൈ നോക്കി ആ കാക്കോത്തി കഴിഞ്ഞ കൊല്ലം ഒന്നും പറഞ്ഞില്ല്യാത്രെ. ജാനു അവിടന്ന് എഴുന്നേറ്റ് പോയപ്പോ കുറുപ്പത്തെ കമലത്തിനോടവര് പറഞ്ഞൂന്ന്, ഈ കുട്ടി അടുത്ത ഓണത്തിന്ണ്ടാവില്ലാന്ന് അത് സത്യായില്ല്യേ....

ജാനു വിഷം കഴിച്ചല്ലേ മരിച്ചത്."

പിന്നെന്താച്ചാ ഇതിൽ ചെലോര് ആളും തരോം നോക്കി ഓരോന്നങ്ങട് പറയും. അവര്ടെ നാവിൽ തീരെ ദൈവാധീനം ഉണ്ടാവില്ലാന്ന് മാത്രം. അവറ്റോള് വയറ്റിപെഴപ്പിന് വേണ്ടി ഓരോന്ന് പറയുന്നതാവാനേ വഴിയുള്ളൂ.

വേലയ്ക്കിനി നാളേറെയില്ല, കാക്കോത്തി വരാതിരിക്കില്ല. കൈനോട്ടത്തിനു പിന്നിലെ കാര്യവും കാര്യക്കേടുമൊന്നും ഇതുവരെ ചികഞ്ഞിട്ടില്ലെങ്കിലും, ചില ശീലങ്ങളിക്കുറിയും മുടക്കില്ല. ഉള്ളംകയ്യിലെ വളവിനും തിരിവിനും പറയാൻ കഥയൊരുപാടുണ്ടെന്ന്... ■

തുടി

തുടിച്ചുണർത്തി, തെളിനീരു കോരി കൈക്കുമ്പിളിലാക്കി, ഇടതട വില്ലാതങ്ങ് കുടിച്ച് തീർക്കുന്നതിനൊരുണർവ്വുണ്ട്. പറഞ്ഞു തീരാത്തൊരനുഭൂതിയും. കിണറിനുള്ളിൽ തഴച്ചു പൊന്തിയ കുഞ്ഞൻ ചെടികളെ വകഞ്ഞു മാറ്റി, മുകളിലായി നിരന്തരം പൊട്ടി മുളയ്ക്കുന്ന അത്തി വേരിനെ മറി കടന്ന്, കട കട ശബ്ദമുണ്ടാക്കുന്ന കപ്പിക്കടുത്തായി നിറം മങ്ങിയ ആ പഴയ അലുമിനിയപ്പാട്ടയിൽ നിറഞ്ഞു തുളുമ്പിയെത്തുന്ന വെള്ളത്തിന്റെ തണുപ്പൊന്നു വേറെ തന്നെ.

ഉറവ വറ്റാത്ത കിണറിൽ, വെള്ളത്തിന് തൊട്ടു മുകളിലായുള്ള പാമ്പ് വരിയോട് ചേർന്ന പൊത്തിൽ നിന്നും ഞാനിവിടെ ഉണ്ട്, എന്നോർമ്മിപ്പിക്കാനെന്നോണം ഇടയ്ക്കിടെ തല പൊക്കുന്ന നീർക്കോലിയും ഇത് ഞങ്ങളുടെ കൂടി വീടാണെന്ന് അധികാരമുറപ്പിച്ച് ശബ്ദമുണ്ടാക്കുന്ന തവളക്കൂട്ടവും അവകാശികളിനിയുമുണ്ടെന്നോണം ചിറകടിച്ചുയരുന്ന പ്രാവിൻ പറ്റവും ഓർമ്മകളിലിന്നും ഒരടുക്കള കിണറിന്റെ കഥ പറയാറുണ്ട്. മനയ്ക്കലെ തുടി ശബ്ദം കേട്ടുണർന്നിരുന്ന പ്രഭാതങ്ങളും പടുക്കയിൽ പാത്രം കഴുകുന്ന ചിലമ്പിച്ച ഒച്ചയും, കേട്ടു മറക്കാത്ത താരാട്ടു പോലെ കാതിലിരമ്പുന്നുവോ?

വൈദ്യുതി വകുപ്പ് കടുത്ത പണിമുടക്കിലേർപ്പെട്ടാൽ പോലും കപ്പിയും കയറുമെടുക്കാൻ നന്നേ മടിക്കുന്ന, ഞാനടങ്ങുന്നവരുടെ കാലത്ത് ഒരടുക്കളക്കിണറിനെ ഓർമ്മപ്പെടുത്തുന്നതിലെന്തിരിക്കുന്നു എന്ന ചോദ്യത്തിനിവിടെ പ്രസക്തി ഏറെയാണ്. തിരിഞ്ഞു നടക്കാനല്ല, നടന്ന വഴി മറക്കാതിരിക്കാനെങ്കിലും ചിലതിങ്ങനെ ഓർത്തോർത്തെടുത്ത് കൂട്ടിവെയ്ക്കണം മറഞ്ഞു പോയൊരു കാലത്തെ അറിഞ്ഞ വണ്ണം പകർത്തിവെച്ചെങ്കിലും...

■

ഒരു കുപ്പിവളക്കിലുക്കം

കിലുകിലെ കിലുങ്ങുന്ന ഒരു കൂട്ടം കരിവള, നിറനിറെ നിറമൊത്ത കരിംപച്ചക്കുപ്പിവള, രക്തവർണ്ണം ചാലിച്ചൊരു കൂട്ടം പിന്നെയും മിഴിവാർന്ന വർണ്ണങ്ങളിനിയുമനവധി നിരനിരയായങ്ങനെ. തോളിലെ കുഞ്ഞു മാറാപ്പിലും ചരടിൽ കോർത്ത് കൈകളിലും തൂക്കിയിട്ട കെട്ടുകണക്കിന് കുപ്പിവളകളുമായി കുണ്ടനിടവഴി താണ്ടി അയാളിപ്പൊ വരാറില്ല. കിഴക്കേ ചായ്പ്പിലെ പഴയ മേശയ്ക്കുള്ളിൽ അടക്കി വെച്ചതൊക്കെയും ഇപ്പോ പൊട്ടിപ്പൊടിഞ്ഞിട്ടുണ്ടാകും. കുപ്പിവളയ്ക്കിന്നും പഞ്ഞമില്ല. ഉത്സവപ്പറമ്പിലും സ്റ്റേഷനറി സ്റ്റോറിലും ആളിപ്പൊഴും സുലഭമായിട്ടുണ്ട്. എങ്കിലും ഉമ്മറത്തി ണ്ണയിലിരുന്ന്, നിരത്തി വെച്ച കുപ്പിവളക്കൂട്ടത്തിൽ പരതിയ ബാല്യത്തോളം പ്രിയം അതിനോടൊന്നുമില്ലെന്നു മാത്രം.

കുപ്പിവള വേണോ, കുപ്പിവള...

ആരോ ഇപ്പോഴും വിളിച്ചു കൂവുന്നതു പോലെ, തെക്കേ എടോഴി കടന്ന് അമ്പലപ്പറമ്പിനടുത്തുള്ള ഇല്ലിപ്പടിക്കരികത്തു നിന്നായി ഒരു മണിയടിയൊച്ചയും കേൾക്കുന്നുണ്ടോ?

പഴകിപ്പിന്നിയ ഭാണ്ഡക്കെട്ടിലെ വരിയൊത്ത കുപ്പിവളകളിൽ പരതാൻ ഇനി അവരെക്കൂടിയൊന്ന് വിളിക്കണം. അങ്ങേലേം, ഇങ്ങേലേം ഒപ്പത്തിലുള്ളോരേ...

■

പടിപ്പുര വിശേഷം

"അത്താഴ പഷ്ണിക്കാരുണ്ടോ?"

ആചാരവട്ടം പാലിച്ചുള്ള വിളിച്ചു ചൊല്ലൽ മൂന്നു കഴിഞ്ഞു. ഇനി പടിപ്പുര അടച്ചു തഴുതിടാം. പുലരി കിഴക്കു കീറും നേരം വാതിൽ പാളിയിലൂടെ അരിച്ചിറങ്ങുന്ന വെട്ടത്തോട് ഒരു കൂട്ടം കിന്നാരം പറഞ്ഞ് വീണ്ടുമാ പടിവാതിലൊന്നു മലർക്കെ തുറക്കും വരേയ്ക്കെങ്കിലും.

അടച്ചു കെട്ടിയ മതിൽക്കെട്ടിനോട് ചേർന്ന് ഉള്ളിലേക്കു പ്രവേശിക്കാനുള്ള മേൽക്കൂരയോട് കൂടിയ പ്രവേശന ദ്വാരത്തെ പടിപ്പുരയെന്നും കൊട്ടിയമ്പലമെന്നും പേരിട്ടു വിളിച്ചു. വീട്ടുകാർക്ക് പുറംകാഴ്ചകളിലേക്കുള്ള ഉപാധിയായും വഴിയാത്രക്കാർക്ക് വിശ്രമകേന്ദ്രമായും പടിപ്പുരകൾ നിലകൊണ്ടിരുന്നു. ക്ഷേത്രങ്ങൾക്ക് ഗോപുരം എന്നതു പോലൊരു സങ്കൽപ്പത്തിൽ നിന്ന് ഉരുൾത്തിരഞ്ഞതാകാം വീടുകൾക്ക് 'പടിപ്പുര' എന്നും കരുതപ്പെടുന്നു.

ആദ്യ കാലത്ത് തടികൊണ്ടു പണിത ഓലമേഞ്ഞ പടിപ്പുരകൾ കാലക്രമേണ ഓടുമേഞ്ഞു കുമ്മായം പൂശിയ നിലയിലേയ്ക്ക് വഴിമാറി. പ്രധാന കവാടത്തിന് മാത്രം പ്രാമുഖ്യം നൽകിയ ചെറിയ പടിപ്പുരകൾ മുതൽ രണ്ട് നിലകളുള്ള പടിപ്പുര മാളികകൾ വരെ നിലവിലുണ്ടായിരുന്നു.

സമ്പന്ന കുടുംബങ്ങളിലായിരുന്നു പടിപ്പുര മാളികകൾ കണ്ടുവന്നത്. താഴത്തെ നിലയിൽ പാറാവും മുകളിൽ ആശ്രിതർക്കും അകന്ന ബന്ധുജനങ്ങൾക്കും താമസിക്കുവാനും, ശത്രുവീക്ഷണത്തിനും ഉള്ള സൗകര്യങ്ങൾ എന്നിവ ഇത്തരം പടിപ്പുരമാളികകളുടെ മാത്രം. പ്രത്യേകതകയായിരുന്നു സാമ്പത്തികമായി പിൻനിരയിൽപ്പെട്ടവർ മുളമ്പടികളും മൺമതിലുകളും കെട്ടിയടച്ചും പടിപ്പുരകൾ സ്ഥാപിച്ചു വന്നു.

വീടിനടുത്തായി ഞാൻ കണ്ടിട്ടുള്ളതിൽ വെച്ച് ഏറ്റവും വലിയ പടിപ്പുര മാടശ്ശേരിയിലെ ആയിരുന്നു. പുറത്തെങ്ങാനും പോയി വരുമ്പോൾ മഴ ചാറിയാൽ ആ പടിപ്പുരയ്ക്കടുത്തു വെച്ചാണെങ്കിൽ പിന്നെയങ്ങോട്ടൊരു ഓട്ടമുണ്ട്. കുട്ടികളുടെ കളിയിടമായും വഴിയാത്രക്കാരുടെ വിശ്രമസ്ഥലമായും തുറന്ന മട്ടിൽ കിടന്നിരുന്ന ആ പടിപ്പുര പലപ്പോഴും സാക്ഷ്യം വഹിച്ചിരുന്നു.

പടിപ്പുര നിർമ്മാണത്തിന് തച്ചുശാസ്ത്രം നിയതമായ സ്ഥാനങ്ങൾ വിധിച്ചിരുന്നതായി കാണുന്നു. വീടിന് അഭിമുഖമായുള്ള നിർമ്മാണരീതിയാണ് പ്രധാനമായി നിലനിന്നിരുന്നതെങ്കിലും വാസ്തു അനുസരിച്ച് നാലുഭാഗത്തും പടിപ്പുരകൾ നിർമ്മിക്കുന്നതും നിഷിദ്ധമല്ലായിരുന്നുവത്രെ.

ഇടക്കാലത്ത് പടിപ്പുരകൾ പടിയകന്നെങ്കിലും ഇന്ന് കോൺക്രീറ്റിൽ തീർത്ത പുതിയ തരത്തിലുള്ളവ വീടിന് അലങ്കാരമെന്നോണം നിർമ്മിക്കുന്ന രീതി സുലഭമായി കണ്ടു വരുന്നു.

“ഇരിപ്പിടം കെട്ടിയേ പടിപ്പുര കെട്ടാവൂ” എന്നൊരു ചൊല്ലു തന്നെ ഉണ്ട്.

നാട്ടുപഴമയുടെ ഉമ്മറക്കോലായിൽ, ചിലരിന്നും കാവലിരിക്കുന്നുണ്ട്. തിരികെ എത്തുന്ന പ്രിയമുള്ളവർക്കായി, പടിപ്പുര വാതിലും തുറന്ന് വെച്ച്.....

■

കൊട്ടകമുറി

ഒരു ഗ്രാമത്തിന്റെ മുഴുവൻ ചലച്ചിത്രാസ്വാദന കേന്ദ്രമായിരുന്ന ചിറ്റിലപ്പിള്ളി മിനി തിയേറ്റർ, കാളവണ്ടിയിൽ വിതരണം ചെയ്യുന്ന നോട്ടീസുകൾ വഴിയാണ് മിനിയിൽ സിനിമകൾ മാറി വരുന്നത് നമ്മളറിയുക. കാളവണ്ടിക്കു പുറകേ സിനിമാ നോട്ടീസുകൾ പറക്കാൻ പലപ്പോഴും ഒരു കൂട്ടം കുട്ടികളുമുണ്ടാകും.

അന്ന് ഒരു വെള്ളിയാഴ്ച ആയിരുന്നു. "ഏയ് ഓട്ടോ" മിനിയിൽ കളിക്കുന്നണ്ടപ്പോൾ. ചേച്ചിയും കൂട്ടുകാരും സിനിമയ്ക്കു പോകാൻ തന്നെ തീരുമാനിച്ചു. അപ്പോഴാണ് ഒരു പ്രധാന പ്രശ്നം മുന്നോട്ട് വരുന്നത്. മുതിർന്നവരില്ലാതെ വീട്ടിൽ നിന്ന് വിടില്ല. ഞങ്ങളുടെ വീട്ടിലാണെങ്കിൽ ഇതിനോടൊക്കെ തൽപ്പരരായവർ വിരളം. പിന്നെ ആകെ ഒരു മാർഗ്ഗം കല്ല്യാണി കുട്ട്യേച്ചിയായിരുന്നു. സ്ഥാനം കൊണ്ട് ആളു ഞങ്ങൾക്ക് വല്ല്യമ്മയായി വരും. പക്ഷേ, കുട്ടികളൊന്ന് നിർബന്ധിച്ചാൽ തീരെ തള്ളിക്കളയുന്ന സ്വഭാവം ഇല്ല്യാത്തോണ്ടാവും. തിയേറ്ററിലേക്ക് കൂട്ടുവരാൻ കല്ല്യാണി കുട്ട്യേച്ചി സമ്മതിച്ചു.

എന്നേക്കാൾ കുറച്ചധികം മുതിർന്നവരെങ്കിലും ചേച്ചിക്കും കൂട്ടുകാരികൾക്കുമൊപ്പം വാലായി നമ്മളെപ്പോഴും കൂടെത്തന്നെ ഉണ്ടാകും. അതുകൊണ്ടുതന്നെ ചേച്ചി എന്നേയും എടുത്തൊക്കത്തു വെച്ചു. നിറഞ്ഞു പൂത്തു നിൽക്കുന്ന കശുമാവിൻ മരങ്ങളാണ് ചെക്കാപറമ്പിന്റെ പ്രത്യേകത. മനപ്പറമ്പായിരുന്ന ഇവിടം ഭൂപരിഷ്കരണ നിയമപ്രകാരം ആളുകൾക്ക് താമസയോഗ്യമാക്കിയതിന്റെ ഫലമായി ചെക്കാപറമ്പിലന്ന് ആൾതാമസം വരുന്നതേയുള്ളൂ.

കശുമാവിൻ ചമ്മല മൂടി കിടക്കുന്ന മുറ്റം കടന്ന് കല്ല്യാണി കുട്ട്യേച്ചിയുടെ വീടെത്തിയപ്പോൾ ആൾ തയ്യാറാകുന്നതേ ഉണ്ടായിരുന്നുള്ളൂ. ബസ്സുകളൊക്കെ അത്യാവശ്യത്തിന് ഉണ്ടെങ്കിൽ തന്നെയും അന്നൊക്കെ നടരാജ വണ്ടിയാണ് പ്രധാന ശരണം. നടന്ന്, നടന്ന് ഏകദേശം കൃത്യസമയത്ത് തന്നെ തിയ്യറ്ററിൽ ഞങ്ങൾ ഹാജർ

വെച്ചു. ഫസ്റ്റ്ക്ലാസ്സും സെക്കന്റ് ക്ലാസ്സുമൊക്കെ ഇന്നത്തെപ്പോലെ പ്രതാപത്തോട് കൂടിയ അവസ്ഥയിലല്ലെങ്കിൽ പോലും അന്നുമുണ്ടെന്നാണ് ഓർമ്മ. നമുക്ക് പിന്നെ ടിക്കറ്റ് വേണ്ട. നാല് വയസ്സിന്റെ ആനുകൂല്യം തുണയായിട്ടുണ്ട്.

സിനിമ തുടങ്ങി ലാലേട്ടനും മീനുക്കുട്ടിയും വന്നു. എ.ഇ.ഐ.ഒ.യു പാട്ടു പാടി.

"മീനുക്കുട്ടീ.."

നീട്ടി വിളിച്ചു

"സുധീ... മറുവിളി വന്നു."

കഥയും കാര്യവും പൂർണ്ണമായി മനസ്സിലാകുന്ന പ്രായമല്ലെങ്കിൽ പോലും വലിയ തിരശ്ശീലയുടെ വെള്ളിവെളിച്ചം കൗതുകത്തോടെ തന്നെ നോക്കി കണ്ട നിമിഷമായിരുന്നു അത്.

അത്യാവശ്യം ചില മൂട്ട കടി സന്ദർഭങ്ങൾ ഒഴിവാക്കിയാൽ ഐസ്ക്രീമും സ്നാക്ക്സും ജ്യൂസുമില്ലാതെ തന്നെ ആദ്യ സിനിമ തിയേറ്റർ അനുഭവം അതീവ ഹൃദ്യമായെന്നു വേണം പറയാൻ. മിനി എന്ന പേരിൽ നിന്നും ഉടമസ്ഥാവകാശ മാറ്റത്താൽ ശ്രീവത്സം എന്ന പേരിൽ ചെറിയ പുതുമകളോടെ ആ തിയേറ്റർ മാറിയപ്പോഴും ഏട്ടനും കുടുംബത്തിനുമൊപ്പം 'പഞ്ചാബി ഹൗസ്' കണ്ടതും അവിടെ വെച്ചാണ്.

ഏതൊരു നാടൻ കൊട്ടകയുടെയും ഇന്നത്തെ അവസ്ഥപോലെ പിന്നീടിവിടവും പൊളിച്ചു മാറ്റപ്പെട്ടു. കാളവണ്ടികളിപ്പൊ കാണാറില്ല. പച്ചയും നീലയും മഞ്ഞയും നിറഞ്ഞ പരസ്യ നോട്ടീസുകളില്ലേയില്ല. ഡോൾബി സംവിധാനമടക്കം നൂതന സാദ്ധ്യതകൾ ഏറെയുള്ള തിയേറ്റർ സമുച്ചയങ്ങളുള്ളപ്പോൾ തിരിച്ചു നടത്തങ്ങൾക്കും പ്രസക്തി ഇല്ല.

വേനൽ പഴുക്കുന്ന മീനപ്പകലിൽ കശുമാങ്ങ മണം പരക്കുന്ന ഇടവഴി കടന്ന് വീണ്ടുമൊന്ന് 'മിനി'യിലെത്താനൊരു മോഹം. ഊണകത്തെ ചതുരപ്പെട്ടിയിലിരുന്നിപ്പോഴും സുധി, മീനുക്കുട്ടിയെ ഇടയ്ക്കിടെ നീട്ടി വിളിക്കുന്നതു കൊണ്ടാണോ എന്തോ....

■

എഴുത്തിന്റെ വഴി

"അമ്മയുടേതാം എഴുത്തുകളൊക്കെയും
അമ്മയായ് തന്നെ ഇരിക്കട്ടെ നിത്യവും"

- *വി.മധുസൂദനൻ നായർ*

അതേ, സ്നേഹത്തിന്റെ, നൊമ്പരത്തിന്റെ പരിഭവത്തിന്റെ അക്ഷരങ്ങൾ കോറിയിട്ട ആ അമ്മയെഴുത്തുകളുടെ കാലമിനി കടന്നു വരില്ല. ലോകത്തിന്റെ ഏതു കോണിലിരുന്നും തത്സമയം കണ്ടു സംസാരിക്കാനാകുന്ന നൂതന സംവിധാനങ്ങളുടെ ഇടയിൽ ഒരു തിരിച്ചുപോക്കിന്റെ ആവശ്യകത നിലനിൽക്കുന്നുവെന്ന് സമർത്ഥിക്കുന്നതിൽ ഔചിത്യവുമില്ല.

'പ്രിയ മകൻ അപ്പു വായിച്ചറിയുന്നതിന് അമ്മ എഴുതുന്നത്.

നിനക്കവിടെ സുഖമെന്ന് വിശ്വസിക്കുന്നു. കഴിഞ്ഞ തവണ നീ അയച്ച കത്ത് ഇവിടെ കിട്ടാൻ ഒരുപാട് താമസിച്ചു. ഇവിടുന്ന് പോകുമ്പോൾ ഉണ്ടായിരുന്ന നിന്റെ കാലുവേദന കുറവുണ്ടോ? പിന്നേ, വടക്കേലെ അമ്മുവേട്ടത്തി മിനിഞ്ഞാന്ന് മരിച്ചു. ശ്വാസത്തിന്റെ പ്രശ്നം തുടങ്ങീട്ട് കുറച്ചായിന്ന് നിനക്കറിയാലോ.

തെക്കേപറമ്പിലെ ചന്ദ്രക്കാരൻ ഇപ്രാവശ്യം നന്നായി പൂത്തിട്ടുണ്ട്. നീ വരുമ്പോൾ മാമ്പഴ പുളിശ്ശേരി വയ്ക്കാനിനി വേറെ മാമ്പഴം വേണ്ടി വരില്ല്യാട്ടോ. ജാനിപ്പശു പെറ്റു. രണ്ട് ക്ടാങ്ങളുണ്ട്. പിന്നേ... എന്റെ നടുവേദനയുടെ കുഴമ്പ് തീർന്നു. 'വല്ലാട്ടെ' വാസുവിനോട് വൈദ്യരുടെ അടുത്ത് നിന്ന് പുതിയത് വാങ്ങാൻ പറഞ്ഞിട്ടുണ്ട്. മാധവിക്കും മക്കൾക്കും സുഖമാണ്. ഇവിടെ വേറെ വിശേഷം ഒന്നൂല്ല്യ. അമ്മ നിർത്താണ് ട്ടൊ, അപ്പൊ ഇനി മേടത്തിലെ ഭരണിക്ക് വരുമ്പോ കാണാം.

എന്റെ കുട്ടിക്ക് ഒരാപത്തും വരാണ്ട് ഗുരുവായൂരപ്പൻ കാക്കട്ടെ.

സ്നേഹത്തോടെ,

അമ്മ

എഴുത്തുകൾ അമ്മയിൽ മാത്രം ഒതുങ്ങുന്നില്ല, അച്ഛൻ മകൾക്ക്, ഭാര്യ, ഭർത്താവിന്, ഏട്ടൻ അനുജത്തിക്ക്, തുടങ്ങി സൗഹൃദങ്ങൾ, വിവരമറിയിപ്പുകൾ എന്നു വേണ്ട ഒരു കാലത്തിന്റെ സ്പന്ദനം മുഴുവൻ എഴുത്തുകളിലുണ്ടായിരുന്നു.

അഞ്ചലോട്ടക്കാരന്റെ വരവും നോക്കി പ്രതീക്ഷയുടെ വഴിക്കണ്ണു മായി പ്രിയപ്പെട്ടവരുടെ സ്നേഹാക്ഷരങ്ങൾക്കായി കാത്തിരിക്കു ന്നവരിനിയില്ല.

എങ്കിലും... ആത്മാവു തൊട്ട സ്നേഹാന്വേഷണങ്ങളിലൂടെ പറഞ്ഞു തീരാത്ത വിശേഷങ്ങളുമായി നിറവിന്റെ മഷി പകർന്ന ആ എഴുത്തക്ഷരങ്ങൾക്ക് മിഴിവേറെയായിരുന്നെന്ന് മനസ്സിനും വെറുതെ പറഞ്ഞുകൊണ്ടേയിരിക്കുന്നു. ■

പറപുറപ്പാട്

അന്നു തൊട്ടിന്നോളം പറപുറപ്പാടുകളേറെ കണ്ടെങ്കിലും ഇന്നും ഓർമ്മയിലൊരു ഇടവപുറപ്പാടിന്റെ ചെണ്ട മേളമൊഴിഞ്ഞു പോയിട്ടേയില്ല. പടവാളെടുത്തു തറവാടു കാക്കുന്നവളെത്രെ ധർമ്മ ദൈവം. കുട്ടിക്കാലത്തെ സ്വപ്നങ്ങളിലെന്നും ഭഗവതിയുടെ പ്രതി പുരുഷനായിരുന്ന വെളിച്ചപ്പാടിന്റെ രൂപമായിരുന്നു തമ്പുരാട്ടി അമ്മയ്ക്ക് മനസ്സിൽ. കൊല്ലപ്പറ കൈക്കൊള്ളാൻ വീട്ടിലെത്തുമ്പോ ളൊഴിച്ചാൽ ക്ഷേത്രനടയിലെത്തി അമ്മയെ തൊഴാൻ ഒരു പതിറ്റാ ണ്ടോളം ഭാഗ്യമുണ്ടായിരുന്നില്ല.

എന്നത്തേയും പോലെ ഒരു ദിവസം രാവിലെ, വീടിനടുത്തുള്ള ക്ഷേത്രത്തിൽ വെച്ച് തറവാട്ടിലെ കല്ല്യാണി കുട്ട്യേച്ചിയെ കണ്ടു.

“കുട്ട്യേ.... ഇന്ന് പത്യാളങ്കര (പതിയാർകുളങ്ങര) പറ പുറപ്പാ ടാണ്. നമുക്ക് പോയാലോ?”

ചോദിക്കേണ്ട താമസം ഞാനെന്റെ സമ്മതമറിയിച്ചു. വീട്ടിലെത്തി അമ്മൂമ്മ നൽകിയ വഴിപാടു പണവും വാങ്ങി ഇറങ്ങുമ്പോൾ മനസ്സ് നിറഞ്ഞിരുന്നു. കല്ല്യാണികുട്ട്യേച്ചി ആളൊരു പരമഭക്തയാണ്, അവർ നോൽക്കാത്തൊാരേകാദശിയും ഭൂമി മലയാളത്തിലുള്ളതായി അറിയില്ല. കറുകയോ തുളസിയോ മുടിയിൽ ചൂടാതെ ഞാനവരെ കണ്ടിട്ടുണ്ടോ എന്ന് സംശയമാണ് പാടവരമ്പത്തൂടെയുള്ള ആദ്യ കാൽനട യാത്ര ഞാനേറെ ആസ്വദിച്ചിരുന്നു. പാടത്തിന് നടുക്ക് സ്ഥിതി ചെയ്യുന്ന ക്ഷേത്രത്തിന്റെ മുൻവശം അകലെ നിന്നേ കാണാ മായിരുന്നു. ക്ഷേത്രക്കുളത്തിലിറങ്ങി കാലു കഴുകി ഉള്ളിലേക്ക് കടക്കുമ്പോൾ പറ പുറപ്പാടിനുള്ള ചെണ്ടക്കാർ നിരന്നു നിൽക്കു ന്നുണ്ട്. വെളിച്ചപ്പാട് പട്ടുടുത്ത് വരുന്നതേയുള്ളൂ. ഭഗവതിയെ കണ്ട് കൺനിറഞ്ഞ് തൊഴുതുതിരിയുമ്പോൾ വയസ്സായൊരു അമ്മൂമ വന്ന് ശ്രീകോവിലിന്റെ അടച്ചിട്ട വാതിലിനു മുമ്പിൽ നിന്ന് തമ്പുരാട്ടി അമ്മയെ സ്തുതിച്ച് പാടുവാൻ തുടങ്ങി.

എന്റെ മനസ്സിലെ സംശയത്തിനുത്തരമെന്നോണം

"അത് ബ്രാഹ്മണി അമ്മയാ കുട്ട്യേ.... ഇതിവിടുത്തെ ഒരു ചടങ്ങാ."

കല്ല്യാണുട്ട്യേച്ചി പറഞ്ഞു.

ക്ഷേത്രം ആളുകളെ കൊണ്ട് നിറയാൻ തുടങ്ങിയിരുന്നു. എല്ലാവരും പടച്ചോറ് വാങ്ങുന്നത് കണ്ട ഞങ്ങളും രണ്ടെണ്ണം വാങ്ങി. ക്ഷേത്രത്തിന് മുൻപിൽ വലിയ മൺഭരണിയിൽ സംഭാരം നിറച്ച് വെച്ചിട്ടുണ്ട്.

"ആവശ്യത്തിനെടുക്കാം" എന്ന് ഊരാളൻ ഇടയ്ക്കിടെ ഓർമ്മിപ്പിക്കുന്നുണ്ട്.

അമ്മൂമ്മ ചെറുനാരങ്ങക്കറി തന്ന് വിട്ടത് ഇത് കൊണ്ടാവുമെന്ന് മനസ്സിലായതപ്പോഴാണ്. മറ്റുള്ളവരോടൊപ്പം ഞങ്ങളും അവിടിരുന്ന് നേദ്യച്ചോറുണ്ടു. ഏകദേശം രണ്ടു മണി ആവാറായിക്കാണും. പറ പുറപ്പാട് ആരംഭിച്ചിരുന്നു. നല്ല തിരക്കായിരുന്നതുകൊണ്ട് ഞങ്ങൾ ഏറെ പിന്നിലായിരുന്നു. പറവെയ്ക്കുന്നവരുടെ തിരക്കൊഴിഞ്ഞപ്പോൾ ഭഗവതിയുടെ മുദ്ര വാങ്ങാൻ ഞാനും മുമ്പിലോട്ട് നീങ്ങി നിന്നു. അടുത്തു നിന്നവർക്കെല്ലാം മുദ്ര കൊടുത്തു ഭഗവതി നടന്നു നീങ്ങിയപ്പോൾ എനിക്കു മാത്രം കിട്ടിയില്ല. സാരല്ല്യാന്നു പറഞ്ഞു ചുറ്റുമുള്ളവർ ആശ്വസിപ്പിച്ചെങ്കിലും എന്റെ കുട്ടിമനസ്സിനത് അംഗീകരിക്കാനുള്ള പക്വതയില്ലായിരുന്നു. ഏറെ വൈകാതെ, പോയ വഴിയെ തിരിച്ച് വന്ന് എനിക്കു മാത്രം മുദ്ര തന്ന് മടങ്ങിപ്പോയ അമ്മയെ മനസ്സിന്നുമേറെ ഓർക്കുന്നു. അറിഞ്ഞു വിളിച്ചാൽ കേൾക്കാതിരിക്കുന്നതെങ്ങനെയല്ലേ?

ചോറ്റാനിക്കരയിലും മറ്റും കാണുന്നതു പോലെ മനസ്സിന് അസുഖമുള്ളവരും മറ്റും പറ പുറപ്പാട് സമയത്ത് അസ്വസ്ഥത കാണിക്കുന്നൊരു അവസ്ഥ ഉണ്ടായിരുന്നു അന്നവിടെ. അവരോടെല്ലാം വേണ്ടും വണ്ണം മറുപടി കൽപ്പിക്കുന്ന തമ്പുരാട്ടി കണ്ണിലിന്നും മായാതെയുണ്ട്.

കല്ല്യാണികുട്ട്യേച്ചി ഓർമ്മയായിട്ട് വർഷമേറെ ആയി. ഇന്ന് മാസത്തിലൊരു തവണയെങ്കിലും മുടങ്ങാതെ ഞാനാ നടയിലെത്താറുണ്ട്. ഒരു ഇടവപുറപ്പാടിന്റെ ചിലമ്പൊലി ഒച്ചയ്ക്ക് കാതോർത്തിരുന്നൊരു കുട്ടിക്കാലത്തിന്റെ ഓർമ്മ പുതുക്കി.

■

ഭഗവതിച്ചൊല്ല്

അർദ്ധരാത്രിയിൽ അമ്പലത്തിന്റെ ഇടപ്പടിയിലിരുന്ന് തലമുടി വേർപ്പെടുത്തുന്ന ഭഗവതിയോട്

"ദേ, ഞാൻ ഇദ്ദ്യേയ് ഒന്ന് പോണ്ണ്ട് ട്ടോ. അവിടുത്തെയ്ക്ക് ശല്യം ണ്ടാക്കാൻ വേണ്ടിട്ടല്ല. മനയ്ക്കലെ കാര്യങ്ങളൊതുക്കി വരുമ്പോഴേക്കും ഈ നേരാവും. വയറ്റു പിഴപ്പിന്റെ കാര്യാണേ" എന്നു പറഞ്ഞ മുത്തശ്ശനാണ് എനിക്ക് മുൻപിൽ ഭഗവതിക്കാഴ്ചയുടെ ഓർമ്മപ്പുസ്തകം ആദ്യം തുറന്ന് വെച്ചത്. (സാധാരണ മനുഷ്യരൂപത്തിൽ കാണുകയും പെട്ടെന്ന് തന്നെ അപ്രത്യക്ഷയാവുകയും ചെയ്ത ഭഗവതിയോട് ഇത്രയും പറയാൻ സാധിച്ചത് വിശ്വാസത്തിന്റെ ഉൾക്കനം കൊണ്ടാണെന്ന് മുത്തശ്ശൻ തന്നെ പറഞ്ഞു വെച്ചതായാണറിവ്).

അമ്പലത്തിനടുത്തുള്ള ജ്യേഷ്ഠത്തിയുടെ വീട്ടിൽ കൂട്ടുകിടക്കാൻ പോകുമ്പോൾ കേൾക്കുന്ന ആടയാഭരണങ്ങളുടെ ശബ്ദവിന്യാസമായിരുന്നു അമ്മൂമ്മയ്ക്ക് ഭഗവതി. രാത്രി 12.30 യോടടുത്ത് ചിലമ്പിന്റെയും അരമണിയുടെയും ശബ്ദം കേട്ട് ഞെട്ടി ഉണരാറുള്ളതിനെക്കുറിച്ച് പറയുമ്പോൾ ആളുടെ കണ്ണിൽ വിരിയുന്ന ഭക്തിരസത്തിന് മാറ്റേറെയാണ്. തന്റെ അധികാര പരിധിയിലുള്ള തട്ടകത്തു നിന്നും അധീശ ശക്തികളേയും മാറാവ്യാധികളേയും ആട്ടി അകറ്റുന്നതിന്റെ ഭാഗമായാണത്രേ ഒരു പ്രത്യേക ശബ്ദം പുറപ്പെടുവിച്ചു കൊണ്ടുള്ള തമ്പുരാട്ടിയുടെ ഈ യാത്ര. (ഈ ഓർമ്മകളിലെ ഭഗവതി സങ്കൽപ്പം ആമ്പലങ്കാവിലമ്മ).

ഒരിക്കൽ വീട്ടിലെ മുതുമുത്തശ്ശിക്ക് വസൂരി രോഗം പിടിപെട്ടു. നോക്കാനുള്ള ഒരാളൊഴിച്ച് മറ്റുള്ളവരെല്ലാം മാറി താമസിച്ചു. ആ സമയത്താണ് ശങ്കരംകുളങ്ങര ഭഗവതിയുടെ പറദേശത്ത് വരുന്നത്. മുത്തശ്ശിയുടെ മകളായ അമ്മൂമ്മ സ്വന്തം അമ്മയുടെ അസുഖ ശാന്തിക്കായി തമ്പുരാട്ടിക്കൊരു പറ വെയ്ക്കാൻ മനസ്സു കൊണ്ടു

നേർന്നു. ചുറ്റുമുള്ളവരെല്ലാം അമ്മൂമ്മയെ പരിഹസിച്ചുവത്രെ. ഭഗവതീ കോപം നിലനിൽക്കുന്ന വീട്ടിൽ എങ്ങനെ പറയെടുപ്പ് നടക്കും എന്നതാണ് അവരുടെ പരിഹാസത്തിന്റെ ആധാരം. എന്തും വരട്ടെ എന്നു കരുതി ശങ്കരംകുളങ്ങര ഭഗവതിയുടെ പ്രതിപുരുഷനായ വെളിച്ചപ്പാടിന്റെ അടുക്കൽ തന്നെ അമ്മൂമ്മ തന്റെ സങ്കടം ഇറക്കി വെച്ചു.

"വീട്ടിലേക്കുള്ള വഴി നിറച്ച് കനൽ കൂട്ടിയിട്ടോളൂ അതിന്റെ മുകളിലൂടെ വന്നും എന്റെ ഭഗവതി നിങ്ങളുടെ പറ കൈക്കൊള്ളും" എന്നായിരുന്നു അമ്മൂമ്മയുടെ മനസ്താപത്തിന് ആ മാന്യദേഹത്തിന്റെ മറുപടി. മറ്റൊന്നു കൂടി പറഞ്ഞുവത്രെ അദ്ദേഹം. "ഭഗവതിക്കൊപ്പം വീട്ടുകാർക്ക് ആർക്കു വേണമെങ്കിലും ഉള്ളിലേക്കു പ്രവേശിക്കാം. 'അമ്മ' ഇറങ്ങുന്നതിനൊപ്പം തിരിച്ചിറങ്ങുകയും വേണം."

അങ്ങനെ വിശ്വാസത്തിന്റെ ആത്മാർപ്പണത്തിന്റെ പറ കൈകൊണ്ട് ഭഗവതി ഇറങ്ങിപോയതിന്റെ രണ്ടാം നാളോ മറ്റോ മുത്തശ്ശി അസുഖം മാറി കുളിച്ചു. തമ്പുരാട്ടിയമ്മയോടുള്ള കടപ്പാടിന്റെ, ഭക്തിയുടെ ഓർമ്മപ്പെടുത്തലെന്നോണം സ്വയം മണ്ണായി മാറുന്ന കാലം വരേയും ശങ്കരംകുളങ്ങര ഭഗവതിയുടെ കൊല്ലപ്പറയ്ക്ക് അമ്മൂമ്മ മുടക്കം വരുത്തിയിട്ടില്ല. സമയകാലങ്ങളുടെ വ്യവസ്ഥ നഷ്ടപ്പെട്ട ആധുനിക മനുഷ്യനെ പേടിച്ച് ഭഗവതിമാർ രാത്രി സഞ്ചാരം നിർത്തിയിട്ടുണ്ടാവും. ആചാരങ്ങളും അനുഷ്ഠാനങ്ങളും വിളഞ്ഞ ഒരു കാലത്തെ ഇനിയിങ്ങനെ പകർത്തിവെക്കാനേ ആകൂ.

എങ്കിലും പഴംകഥകളുടെ പെരുമ തേടുന്ന മനസ്സുകളെത്തേടി വാമൊഴിക്കാറ്റായി തലമുറകൾ കൈമാറി ഇത്തരം കഥകൾ ഇന്നുമെത്തുന്നു. നാഗക്കളത്തിൽ സംപ്രീതരായി സ്വസാന്നിദ്ധ്യമറിയിച്ചെത്തുന്ന ചെറുനാഗങ്ങളും പരിവേദനങ്ങൾക്ക് പരിഹാരം ചൊല്ലുന്ന ഭഗവതിക്കോമരങ്ങളും നമുക്കു മുന്നിൽ ഇന്നും അന്യം നിൽക്കാത്ത നേർക്കാഴ്ചയാകുന്നു. ■

നാട്ടുകാഴ്ച

കാലപ്പകർച്ചകൾക്കിടയിൽ നാം മറന്നു പോകുന്ന ചിലതുണ്ട്. ഒരു നാടിന്റെ പൈതൃകസ്വത്വങ്ങളായിരുന്ന ചില അടയാളപ്പെടുത്തലുകൾ. മുത്തശ്ശിച്ചൊല്ലുകൾക്ക് കാതോർത്തിരുന്ന ബാല്യത്തിൽ കേട്ടു പതിഞ്ഞൊരു പഴങ്കഥയല്ലെനിക്ക് കുറൂർ പാറ. എന്റെ നാടിന്റെ സ്മാരകശിലകളിൽ അനിഷേദ്ധ്യ സാന്നിദ്ധ്യമായി പാറയിന്നും തല ഉയർത്തി നിൽക്കുന്നു.

സമനിരപ്പിൽ നിന്നും ഒരു പാടുയരത്തിലല്ല പാറയുടെ സ്ഥാനം. എങ്കിലും ഏത് മഹാപ്രളയത്തേയും അതിജീവിക്കും വിധം ഒരു കാൽപ്പാദം പതിയുന്നിടത്തോളമിടം പാറയിൽ വെള്ളം കയറില്ലെന്നാണ് ഐതിഹ്യം. ഇതു സംബന്ധിച്ച് പല കഥകളും നിലനിൽക്കുന്നുണ്ടെങ്കിലും പ്രധാനമായും കേട്ടു വരുന്ന രണ്ടു കാര്യങ്ങളിവിടെ പറഞ്ഞു വെച്ചോട്ടെ.

സാക്ഷാൽ കുറൂരമ്മയുടെ പിൻതലമുറക്കാരായ കുറൂർ മനയുമായി ബന്ധപ്പെട്ടു തന്നെയാണ് കുറൂർ പാറയുടെ അവകാശം നില നിന്നിരുന്നത്. ഒരിക്കൽ കുറൂർ മനയിലെത്തിയ വില്വമംഗലം സ്വാമിയാർ ഇതുവഴി വരുവാനിടയായെന്നും അദ്ദേഹത്തിന്റെ കാൽപ്പാദം പതിഞ്ഞിടമാണ് വെള്ളം കയറാത്ത സ്ഥലമെന്നുമാണ് നിലിവിലുള്ള ഒരുകഥ. എന്നാൽ കുറച്ച് കൂടി സംഭവ്യമെന്ന് കരുതാവുന്ന മറ്റൊരു കേൾവി കൂടി ഈ പാറയെ കുറിച്ച് നിലനിൽക്കുന്നു.

പണ്ടൊരിക്കൽ മാന്തട്ട മനയിൽ പോയി കോൾപാടം വഴി വഞ്ചിയിൽ തിരികെ വരികയായിരുന്ന കുറൂർ ഇല്ലത്തെ ഒരു നമ്പൂതിരി സന്ധ്യാവന്ദന സമയത്ത് പാറ നിന്നിടത്ത് എത്തുകയുണ്ടായത്രെ. പൂജാദി കാര്യങ്ങൾക്ക് സമയനിഷ്ഠ കൽപ്പിച്ചിരുന്ന ആ തലമുറയിലുള്ളവർ സ്വന്തം ചിട്ടകൾക്കൊരിക്കലും വ്യതിചലനം വരാതിരിക്കാനും ഏറെ ശ്രദ്ധിച്ചിരുന്നു. മനയ്ക്കലേക്ക് എത്തുമ്പോഴേക്കും പൂജാസമയം കഴിയുമെന്ന് മനസ്സിലാക്കിയ നമ്പൂതിരി എവിടെ പോകുമ്പോഴും കയ്യിൽ കരുതുമായിരുന്ന അവണ പലകയും

കിണ്ടിയും മറ്റും ആ പാറയിൽ വെച്ച് അദ്ദേഹത്തിന്റെ പ്രാർത്ഥന നിവർത്തിക്കുകയായിരുന്നു. അന്നദ്ദേഹം പൂജാവസ്തുക്കൾ വെച്ച അവിടമാണ് ഏതു കടുത്ത കാലവർഷത്തിലും ഇന്നും വെള്ളം കയറാത്തതായി പറയപ്പെടുന്നത്.

കാലങ്ങളായി, പാറയോട് ചേർന്ന് കിടക്കുന്ന പാടത്തെ, കൊയ്ത്തു കഴിഞ്ഞു കറ്റകൾ മെതിക്കുന്നതും ഇവിടെ വെച്ചു തന്നെ. ഇതിനായി നാട്ടുകാർ പാറയെ ഒരവകാശമെന്നോണം ഉപയോഗിക്കുന്നത് സ്ഥിരം കാഴ്ചയാണ്. മെതിക്കാനുള്ള ചുരുട്ടുകൾ മണ്ണ് വീഴാൻ പറ്റാത്തത്ര അടുപ്പത്തിൽ ഒതുക്കി വെച്ച് പോന്നാലും പിറ്റേ ദിവസം ചെല്ലുമ്പോൾ പുതിയവ വെയ്ക്കാനുള്ള സ്ഥലം താനേ രൂപപ്പെട്ടിട്ടുണ്ടാവുമെന്ന് കേൾവി. ചില പഴം മനസ്സുകളിൽ ആ ഓർമ്മയ്ക്കിന്നും ഏറെ തെളിച്ചമാണ്. പാറയുടെ അടുത്ത് തന്നെയുള്ള മന വളപ്പിനോട് ചേർന്ന് പൊട്ടിപ്പൊളിഞ്ഞ് കിടക്കുന്ന ഒരു തണ്ണീർ പന്തൽ കാണാം. പണ്ട് കൊയ്ത്തിന് വരുന്നവർക്ക് ദാഹമകറ്റാനുള്ള വെള്ളവും, സംഭാരവും വിതരണം ചെയ്തിരുന്നത് ഇവിടെ നിന്നാണ്. മുണ്ടത്തിക്കോട്ടു നിന്നുള്ള നമ്പിമാർ കാവിന്മേൽ ചുമന്നാണത്രേ. ഭരണികളിൽ മോര് കൊണ്ടു വന്നിരുന്നത്.

മഹാപ്രളയങ്ങൾ കണ്ട മലയാളിക്ക് മുൻപിൽ തെളിവ് നിരത്തി വെയ്ക്കാൻ വെള്ളം നിറഞ്ഞ് കിടക്കുന്ന പാറയുടെ ചിത്രങ്ങൾ കൈവശമില്ല. തലമുറകൾ പറഞ്ഞു വെച്ചതാണ്. ഞാൻ നിങ്ങളോടും പറഞ്ഞത്. ഒരു നാടിന്റെ ചരിത്രരേഖകളിലിടം പിടിച്ച കുറൂർ പാറ തന്നെയാണ് എല്ലാത്തിനും നേർസാക്ഷി. ഏതു കൊടും വർഷത്തിലും മുങ്ങിപ്പോകാത്ത ഒരടി മണ്ണിന്റെ അടയാളപ്പെടുത്തലുമായി 'കുറൂർ പാറ' ഇനി നിങ്ങളോരുരുത്തരുടെയും കാഴ്ചപ്പുറങ്ങളിലേക്ക്... ■

അമ്പലപുരാണം

പത്ത് മുപ്പത് വർഷം മുമ്പുള്ളൊരു ക്ഷേത്രമുറ്റം മനസ്സിലിന്നും നിറഞ്ഞു നിൽക്കുന്നു. എന്റെ ബാല്യത്തിനും വിശ്വാസങ്ങൾക്കും കാവൽ നിന്നൊരു ശിവനും കൃഷ്ണനുമുണ്ടവിടെ. 'അടയിട്ട' നാടിന്റെ കാവലും കരുതലുമാണവർ.

"കായേന വാചാ മനസേന്ദ്രിയൈർവാ
ബുദ്ധ്യാത്മനാ വാ പ്രകൃതേ സ്വഭാവാത്
കാരോമി യദ്യത് സകലം പരസ്മൈ
നാരായണായേതി സമർപ്പയാമി!"

ഭജന അവസാനഘട്ടത്തിലാണ്.

ഓം ശാന്തി ശാന്തി ശാന്തി:

കൂടി ചൊല്ലി അവസാനിച്ചാൽ പിന്നൊരു ധൃതിയുടെ പൂരമാണ്. തിടപ്പള്ളിയിൽ നിന്ന് പായസച്ചെമ്പ് പുറത്തേക്കെടുക്കുന്ന നേരം തിക്കിത്തിരക്കിച്ചെന്ന് കൃത്യമായത് ചൂടോടു കൂടി ഇലക്കീറിൽ പകർന്നു വാങ്ങുമ്പോൾ കിട്ടുന്ന സന്തോഷം പറഞ്ഞാൽ തീരില്ല. കൃഷ്ണന്റെ അമ്പലത്തിൽ നിന്ന് ശിവക്ഷേത്രത്തിലേക്കുള്ള വഴിയിലായി പാറപ്പുറത്തുള്ള കണിക്കൊന്ന മരത്തിനരികിൽ ഈ സമയം അവരുണ്ടാകും. പടിഞ്ഞാറേ വാര്യത്തെ ചക്രപാണി വാര്യരും എൻ.ജി.കെയും പിന്നെ കൈനത്തെ ഗോവിന്ദുട്ട്യാരും. ഇടയ്ക്കൊക്കെ കുറൂര് മനയ്ക്കലെ നാരേണൻ തമ്പ്രാനും നാട്ടുവർത്തമാനവും അമ്പലക്കാര്യവും പൊടിപൊടിക്കുന്നുണ്ടാകുമവിടെ.

ഇതിനിടയിൽ പ്രധാനപ്പെട്ട ആളെ പരിചയപ്പെടുത്താൻ മറന്നു. സ്വതവേ മിതഭാഷിയായ ഞങ്ങളുടെ പാവം ശാന്തിക്കാരൻ തിരുമേനിയെ. അക്കാലത്ത് ക്ഷേത്രത്തിലെ സ്ഥിരം ശാന്തിയും മേൽശാന്തിയും ഒക്കെ അദ്ദേഹം തന്നെയാണെട്ടോ. തല താഴ്ത്തി ചെറിയൊരു പുഞ്ചിയോടു കൂടിയെ ആളെ നമ്മളെപ്പോഴും കാണൂ.

പരമശുദ്ധനാണ്. ഏറെ നേരത്തെ ജപമോ ഒരുപാട് നീണ്ട പൂജാ വട്ടങ്ങളോ ആൾക്കില്ല. ചിലരിതിൽ രഹസ്യമായി അതൃപ്തി രേഖപ്പെടുത്തമെങ്കിലും അഷ്ടമംഗല പ്രശ്നങ്ങളിൽ ഭഗവാന്മാർക്ക് ഇദ്ദേഹത്തോടുള്ള പ്രീതി ഇടയ്ക്കിടെ വെളിവാകുന്നതു നിമിത്തം അതൊരിക്കലുമാരും തുറന്ന് പ്രകടമാക്കാറില്ലെന്നു മാത്രം.

അഷ്ടിക്കു വകയില്ലാതിരുന്നൊരു കാലത്ത് തൊട്ടടുത്തുള്ള ദേവീക്ഷേത്രത്തിൽ ചെറു നിവേദ്യത്തിനു പോലും ത്രാണിയില്ലാത്ത അവസ്ഥയുണ്ടായിരുന്നപ്പോൾ ഇലച്ചീന്തിൽ ഒരു തുണ്ടു ശർക്കരയും തുളസിമാലയുമായി മുട്ടുശാന്തി നിറവേറ്റിയ ആ മനുഷ്യനെ ഈശ്വരന്മാരെങ്ങനെ ഇഷ്ടപ്പെടാതിരിക്കും എന്ന് പഴയ ആളുകൾ ഇടയ്ക്കെങ്കിലും പറയുന്നതു കേൾക്കാം.

ഇന്നത്തെ കാലത്തായിരുന്നെങ്കിൽ വളരെ സങ്കീർണ്ണമായേക്കാവുന്ന, എന്നാൽ പഴമയുടെ ശുദ്ധതയും മനസ്സിലാക്കലുകളും കൊണ്ട് പൊറുക്കപ്പെട്ട ഒരു തെറ്റ് ഒരിക്കലദ്ദേഹത്തോട് ചെയ്യേണ്ടി വന്നതോർക്കുമ്പോൾ ഇന്നും മനസ്സ് അറിയാതൊന്ന് പിടയ്ക്കും.

മുപ്പട്ടു ദിവസങ്ങളിൽ സ്ഥിരമായി ഭഗവാന്മാർക്ക് പായസത്തിന് കൊടുക്കുന്ന ഒരു പതിവുണ്ടായിരുന്നു വീട്ടിലമ്മൂമ്മയ്ക്ക്. തിങ്കളാഴ്ച ശിവന് ശർക്കരപ്പായസം, വ്യാഴം കൃഷ്ണന് പാൽപ്പായസം, ശനി അയ്യപ്പസ്വാമിക്ക് വീണ്ടും ശർക്കര പായസം. ഇതിനൊരു മുടക്കം വരുന്നതിനെക്കുറിച്ച് കക്ഷിക്ക് ചിന്തിക്കാനേ പറ്റില്ല. അന്ന് പായസത്തിന് ശീട്ടാക്കുന്ന പതിവൊന്നുമില്ല. വീട്ടിൽ നിന്നും സ്റ്റീലിന്റെ വലിയ ഡവറയിൽ നാഴി ഉണക്കല്ലരിയും നാലോ അഞ്ചോ ശർക്കരയുമാണ് ശർക്കരപായസത്തിനായി കൊണ്ടുപോകുന്നത്. നാളികേരവും നെയ്യുമൊന്നും അക്കാലത്തെ പായസക്കൂട്ടിലില്ല. ഇത് പാൽപ്പായസമാണെങ്കിൽ കുറച്ച് പഞ്ചസാരയും ഉരി പാലുമാകും കയ്യിൽ കരുതുക. ഇതെല്ലാം ക്ഷേത്രത്തിലെത്തിക്കുന്നത് എന്റെ ഉത്തരവാദിത്വമാണ്. അന്നൊരു ദിവസം പതിവുപോലെ പായസത്തിനുള്ളതെല്ലാം തിരുമേനിയെ ഏൽപ്പിച്ച് അടുത്തുള്ള ക്ഷേത്രകുളത്തിൽ കുളിക്കാൻ പോയതായിരുന്നു ഞാൻ. ഇടയ്ക്ക് വെച്ച് തറവാട്ടിലെ മാലത്യേച്ചി കുളക്കരയിൽ വന്ന് എന്റെ പോരെടുത്തു വിളിച്ച്, തിരുമേനി നിന്നെ അന്വേഷിക്കുന്നുണ്ട് എന്നറിയിച്ചു.

"തിരുമേനി എന്നെ വിളിച്ചൂന്ന് പറഞ്ഞു."

എന്ന് ചോദിച്ച് മുഴുവനാക്കിയില്ല. "ശിവന്റമ്പലത്തിന്റെ തെക്കേ ഇടപ്പടിയിൽ വന്ന് നിന്ന് ആളെന്നെ ഒന്ന് ആസകലം നോക്കി, പിന്നീട് ഒരു കടലാസു പൊതി പുറത്തേക്ക് വലിച്ചെറിഞ്ഞു. എന്നിട്ടൊരു പറച്ചിലും.

“ഇത് ഉണക്കമൊന്തളാ...”

ജലദോഷക്കാരിയായ അമ്മൂമ്മയ്ക്ക് തലേദിവസം പീടികയിൽ നിന്ന് കൊണ്ടു വന്നു വെച്ച പൊതി മാറിപോയതുകൊണ്ട് വന്ന തെറ്റാണ്. നാലാം ക്ലാസ്സുകാരിയായ എന്റെ കാര്യബോധക്കുറവും കൂടി ചേർന്നപ്പോൾ കാര്യം ശുഭം. ഇതിനെപ്രതി പ്രത്യേകിച്ചെന്നെ ചീത്ത വിളിക്കുകയോ മറ്റൊരു രീതിയിലും ബുദ്ധിമുട്ടിക്ക പോലുമില്ലാതെ അന്നാ മനുഷ്യൻ സ്വയം ക്ഷേത്രക്കുളത്തിൽ പോയി മുങ്ങി വന്ന് ചുറ്റുവട്ടവും പുണ്യാഹവും തളിച്ച് തന്റെ തുടർപൂജകൾ നിറവേറ്റി.

ഇന്നായിരുന്നെങ്കിൽ ഇതേതു തരത്തിലെല്ലാം വ്യാഖ്യാനിക്കപ്പെടുമായിരുന്നെന്ന് ചിന്തിക്കുകപോലും അസാദ്ധ്യം. അസുഖം നിമിത്തം ഇവിടുത്തെ ക്ഷേത്രശാന്തി മതിയാക്കി അദ്ദേഹം പിന്നീട് സ്വന്തം നാട്ടിലേക്ക് തിരിച്ച് പോയെങ്കിലും അധിക സംസാരമില്ലാതെ, പ്രവൃത്തികളിൽ മാത്രം ശ്രദ്ധ ചെലുത്തിയിരുന്ന ആ ഇരിങ്ങാലക്കുടക്കാരൻ തരണനെല്ലൂരില്ലത്തെ നമ്പൂതിരിയെ ഞാനിപ്പോഴും മുടങ്ങാതെ ഓർക്കുന്നു.

കണക്കെഴുത്തുകാരനായിരുന്ന മീശക്കാരൻ അപ്പുവേട്ടനും അടിച്ചു തളി നിവർത്തിച്ചിരുന്ന ചേലാട്ടെ രാമേട്ടനും അമ്പലക്കുളത്തിലെ പതിവുകാരായിരുന്ന അമ്മിണ്യേച്ചിയും ദേവു ഓപ്പോളും കൊച്ചേച്ചിയും ലീലോപ്പ്ളും പത്മാവതേ്യമ്മയും അമ്പലമുറ്റത്തെ ഇഷ്ടക്കാരായി പിന്നെയും മറ്റു പലരും മനസ്സിലിങ്ങനെ ഇടയ്ക്കിടെ കയറി വരാറുണ്ടിപ്പൊഴും.

കളിമുറ്റങ്ങളേക്കാൾ ഏറെ പ്രിയമുണ്ടായിരുന്നിടത്ത് ഇടയ്ക്കെങ്കിലും ഇന്നും ചെല്ലാറുണ്ട് പക്ഷേ, കണ്ട് ശീലിച്ച കാഴ്ചകൾക്കും കൂടെ നടന്ന വേണ്ടപ്പെട്ടവർക്കും പകരം പുതിയതൊന്നും സ്വീകരിക്കാൻ കൂട്ടാക്കാത്ത മനസ്സ്, മുമ്പോട്ടു പോകാതെ ഓർമ്മകളെ കൊണ്ടെന്നെ നിരന്തരം പിറകോട്ടു വിളിക്കുന്ന പോലെ. ■

കയ്യൊപ്പ്

നീട്ടിയും പരത്തിയും കോറിയിട്ട ഈ അക്ഷരങ്ങളിൽ ഒരു കാലത്തിന്റെ കയ്യൊപ്പുണ്ട്. എഴുത്തകത്തെ ചാരുകസേരയിലിരുന്ന് മുഖക്കണ്ണട ഉയർത്തിയും താഴ്ത്തിയും അവർ കുറിച്ചതിലൂടെ നാമേറെ പരതിയിട്ടുമുണ്ട്.

നോട്ടുപുസ്തകത്തിൽ കയ്യൊപ്പുവാങ്ങാൻ ചെന്ന എട്ടാം ക്ലാസ്സുകാരിയോട് തട്ടകത്തിന്റെ കഥാകാരനൊരിക്കൽ ചോദിച്ചു.

“ഇതൊക്കെ സൂക്ഷിച്ചു വെക്ക്വോ?”

“ഉവ്വ്” എന്ന മറുപടിയിൽ ആത്മാർത്ഥത പോരെന്ന് തോന്നിയതുകൊണ്ടാണോ എന്നറിയില്ല. ഉടൻ പുസ്തകത്തിലദ്ദേഹം ഇങ്ങനെ കുറിച്ചു.

“ആർക്കറിയാം?”

ഒരു ത്രിദിന സാഹിത്യ ശിൽപ്പശാലയുടെ ഭാഗമായി വിഷയാവതരണത്തിനായി എത്തിയതായിരുന്നു അവർ. അഴീക്കോടും കുഞ്ഞുണ്ണി മാഷും മുല്ലനേഴിയും വിഷ്ണുനാരായണൻ നമ്പൂതിരിയും പിന്നെ കണ്ടാണിശ്ശേരി വട്ടോമ്പറമ്പിൽ വേലപ്പൻ അയ്യപ്പൻ എന്ന കഥകളുടെ സ്വന്തം കോവിലനും. പിന്നീട് ബിരുദപഠന കാലത്തെങ്ങോ ഒരൊപ്പ് കൂടി എന്റെ ശേഖരത്തിലെത്തി. കേരളം കണ്ട വിപ്ലവ കവിത്വത്തിന്റെ ജീവിക്കുന്ന മുഖമായ ബാലചന്ദ്രൻ ചുള്ളിക്കാടിന്റേതായി.

തോറ്റത്തിന്റെ കഥാകാരനു നൽകിയ വാക്ക് പാലിക്കപ്പെടുന്നു എന്നോർമ്മപ്പെടുത്തിയെന്നോണം ആ പഴയ നോട്ടുപുസ്തകമിന്ന് വീണ്ടും കൺമുൻപിലെത്തി, അക്ഷരം മായാതെ താളുകൾ പിന്നാതെ...

■

കോലുമുത്തപ്പൻ

ചതുരപ്പെട്ടിക്കകത്തെ ഐസ് കട്ടയ്ക്കുള്ളിൽ വെള്ളയും ചുവപ്പും ഓറഞ്ചും നിറത്തിൽ പാൽ, സേമിയ, ഓറഞ്ച്, മുന്തിരി രുചികളിൽ അവരങ്ങിനെ നിരന്നിരിക്കുന്നത് കാണുമ്പോൾ വായിലിപ്പോഴും ഒരു തിരയിളകും.

കാലവും തലമുറകളും മാറിയിട്ടുണ്ടെങ്കിലും ചില ഇഷ്ടങ്ങൾക്കിപ്പൊഴും തുടർച്ചകളുണ്ടെന്ന് തന്നെയാണ്. കണ്ണടച്ച്, നാവിൽ ചേർത്ത് വലിച്ച്, രുചിഭേദങ്ങളുടെ ആ തണുപ്പിനെ വീണ്ടുമൊന്ന് നുണയാൻ പൂതിയേറെ ഉള്ളൊരു കുട്ടി നമ്മിൽ പലരിലും ഇന്നുമുണ്ട്.

പീ പീ ശബ്ദത്തിന്റെ അകമ്പടിയോടെ പണ്ട് മലയാളിയും ഇന്ന് ബംഗാളിയുമായെത്തുന്ന വിൽപ്പനക്കാരന്റെ മുഖത്തിനേ മാറ്റം വന്നിട്ടുള്ളൂ. രൂപത്തിലും ഭാവത്തിലും രുചിയിലും ഐസ്ക്രീമിനിപ്പോൾ വൈവിദ്ധ്യമൊരുപാടെങ്കിലും ഒരു ഐസ് ഫ്രൂട്ട് കാലത്തിന്റെ തലതൊട്ടപ്പനായ ഈ കോലുമുത്തപ്പനേ പാടെ മറക്കുന്നതെങ്ങനെ. ഉണ്ണിക്ക് ഓറഞ്ച് മതി, സമിയയ്ക്കും പൊന്നുവിനും മുന്തിരി, സേമിയ ഇല്ലാത്തതുകൊണ്ട് ഓറഞ്ചിൽ തൃപ്തിപ്പെട്ട നിഷ്കളങ്കരായ ഞങ്ങൾ മുതിർന്നവരും. അടുത്ത പ്രാവശ്യം പാൽ ഐസ് കൂടി കൊണ്ടു വരണമെന്ന് പ്രത്യേകം പറഞ്ഞു കൊണ്ട്.

ഇരുചക്രക്കാരാ, അപ്പൊ, വീണ്ടും വരണേ......

■

പൊതിച്ചോറ്

ഇത്തിരിച്ചോറിൽ ഒരു തവിത്തെരു കൂട്ടി, മെഴുക്കുപുരട്ടിയും കടുമാങ്ങയും ചമ്മന്തിയും ചേർത്ത് വെച്ച്, ഒത്തിരി സ്നേഹം ചാലിച്ച് വാട്ടിപ്പൊതിഞ്ഞ പൊതിച്ചോറുമായി ഇനി എന്റെ ഊണകങ്ങളിലേക്ക് അമ്മൂമ്മ ഒരിക്കലും കടന്നുവരില്ല. ഓർമ്മകൾക്ക് ഒരു പൊതിച്ചോറിന്റെ കൂടി മണമുണ്ടെന്ന് ഏറെ വൈകിയാണ് അറിഞ്ഞത്. സ്റ്റീലിൽ തുടങ്ങി ചൂടാറാത്ത വിധം ആഹാരം സൂക്ഷിക്കാവുന്ന പാത്രങ്ങളിലേക്ക് നമ്മുടെ ഭക്ഷണ സംസ്ക്കാരം വഴി മാറിയിടത്ത് പൊതിച്ചോറിന്റെ മാഹാത്മ്യത്തിന് പ്രസക്തിയില്ലെന്നറിയാം. സ്കൂളിലേക്ക് ബ്രഞ്ച് ബോക്സും ലഞ്ച് ബോക്സും കൊണ്ടുപോകുന്ന പുതുബാല്യങ്ങൾക്ക് പൊതിച്ചോറെന്തെന്ന് അറിയാൻ ഗൂഗിളിൽ പരതേണ്ടി വന്നാലും അത്ഭുതപ്പെടാനില്ല. ആണ്ടറുതി ദിവസങ്ങളിലെ അപൂർവ്വതയിലേക്ക് ഇലയൂണ് തന്നെ ഒതുങ്ങി തുടങ്ങിയിരിക്കുന്നു. പേപ്പർ വാഴയിലകൾ സദ്യ കയ്യടക്കുന്ന കാലവും അതി വിദൂരമല്ല.

പൊതിച്ചോറു തുറന്ന മണം എവിടെ നിന്നോ കടന്നു വരുന്നുണ്ട്.

കുട്ട്യേ..., ദാ ചോറെടുത്തോളൂട്ടോ...

അമ്മൂമ്മയുടെ ശബ്ദം അടുത്തെവിടെയോ നിന്ന് കേട്ടപോലെ. എല്ലാം മനസ്സിന്റെ തോന്നൽ മാത്രം. നാളെ മകനൊരു പൊതിച്ചോറു കെട്ടാൻ ഇന്നേ ഞാനൊരില മുറിച്ചു വെച്ചിട്ടുണ്ട്. അടുത്ത തലമുറയിലേക്കൊരില പൊതിഞ്ഞു വെയ്ക്കാൻ കാഴ്ചയുടെ പാഠം പകർന്നൊരമ്മപ്പൊതി ഞാനവനതിൽ കെട്ടി വെയ്ക്കും.. ■

മുഖങ്ങൾ

മണ്ണാത്തിക്കാലം

നേരം സന്ധ്യയാകാറായിരിക്കുന്നു. കയ്യിലൊരു വെളുത്ത ഭാണ്ഡ ക്കെട്ടുമായി അമ്മിണി അമ്മൂമ്മ ഇനി ഏതു നിമിഷവും കേറി വരാം. ആഴ്ചതോറും പതിവായുള്ളതാണ് ഈ സന്ദർശനം.

"വല്യമ്പ്രാളേ അമ്മിണി വന്നൂട്ടോ....."

"കേറി വന്നോളൂ അമ്മിണ്യേയ്."

അമ്മൂമ്മയുടെ ശബ്ദം അകത്തു നിന്നു കേൾക്കാം. "ഇന്നെന്താ വൈകീലോ അമ്മിണ്യേയ്?"

"കുറേ വീട് കേറിയിറങ്ങാനുണ്ടായിരുന്നുമ്പ്രാളേ...."

കറുത്ത് മെലിഞ്ഞ് കുറിയ ശരീരത്തിൽ തിളങ്ങി നിൽക്കുന്നൊരു ചുവപ്പ് മൂക്കുത്തി, മുറുക്കിച്ചുവന്ന ചുണ്ടിൽ സ്ഥിരമായി മങ്ങാതെ നിൽക്കുന്ന നേർത്തൊരു പുഞ്ചിരിയും കൂടിയായാൽ രൂപം പൂർത്തി യായി.

ഇത് മണ്ണാത്തി അമ്മിണി. നാട്ടിലെ ആസ്ഥാന അലക്കുകാരാ യിരുന്ന വെളുത്തേടന്മാർ നാമമാത്രയായി തുടങ്ങിയ നാളുകളി ലെന്നോ ആണ് അമ്മിണി അമ്മൂമ്മ എന്ന് ഞാൻ സ്നേഹത്തോടെ വിളിച്ചിരുന്ന ഇവർ എന്റേതടക്കം ഒരുപാട് വീട്ടുകാരുടെ സ്ഥിരം അലക്കുകാരിയായി സ്ഥാനമേൽക്കുന്നത്.

വസ്ത്രധാരണം പുരോഗമന രീതികളിലേക്ക് വഴി മാറുന്നതിനും മുൻപ് നല്ല ജഗന്നാഥൻ മുണ്ടുകളും മല്ലു മുണ്ടുകളും സ്ഥിരമായി ധരിച്ചിരുന്ന കാരണവന്മാരുടെ ഒരു കാലം നമുക്കുണ്ടായിരുന്നു. സ്വന്തം വസ്ത്രങ്ങൾ സ്വയം അലക്കി ഉപയോഗിക്കുമ്പോഴും മാസ ത്തിലൊരിക്കലെങ്കിലും സ്വന്തം സാമുദായിക സ്ഥാനമാനങ്ങൾ ക്കനുസരിച്ച് വെളുത്തേടന്മാരെക്കൊണ്ടും മണ്ണാന്മാരെക്കൊണ്ടു മെല്ലാം അലക്കിച്ച് ശുദ്ധമാക്കുന്നൊരു രീതിയും അക്കാലത്ത് നില വിലുണ്ടായിരുന്നത്രെ.

കൈയിനോടും അലക്കുക്കല്ലിനോടും വിട പറഞ്ഞ് അലക്കു യന്ത്രത്തെ സ്വന്തം കുടുംബക്കാരനായി അംഗീകരിച്ച, ശുദ്ധ അശുദ്ധങ്ങളുടെ ലക്ഷ്മണരേഖ മറികടന്ന ഞാനടങ്ങുന്ന പെൺ സമൂഹത്തെ പ്രതി, വെളുത്തേടനും മണ്ണാത്തിയുമെല്ലാം ഇന്ന് കുല ത്തൊഴിലിനോട് തന്നെ വിട പറഞ്ഞ മട്ടാണ്.

കോടി നിറത്തിലുള്ള പുത്തൻ ജഗന്നാഥൻ നിറം വരുത്താൻ ചാണകവെള്ളത്തിൽ മുക്കി കഴുകിയ ശേഷം, വീണ്ടും ഇതിനെ വെണ്ണൂറ് ലായിനിയിൽ മുക്കി വെയിലത്തിട്ട് ഉണക്കും. തുടർന്ന് കാരമിട്ട് പുഴുങ്ങിയെടുത്ത്, അലക്കുന്നതാണത്രെ അക്കാലത്തെ രീതി. ഇത് മല്ല് മുണ്ടിന്റെ കാര്യത്തിലാണെങ്കിൽ വെറുതെ പുഴുങ്ങി അലക്കിയാലും മതി. അലക്കിയെടുത്ത് തുണിയിൽ കഞ്ഞിയും നീലവും മുക്കി വെയിലത്തിട്ട് ഉണക്കി എടുക്കുന്നതോടെ ആ പ്രക്രിയ പൂർത്തിയാകുന്നു.

പാരമ്പര്യ അലക്കുകാരുടെ പുതുതലമുറ ഈ മേഖല കൈവിട്ട് കഴിഞ്ഞു. നമ്പൂതിരി, വാരിയർ, മാരാർ, നായർ, വെളുത്തേടൻ, മണ്ണാൻ, ആശാരി, മൂശാരി, തട്ടാൻ, കരുവാൻ, പാണൻ, പറയൻ, പുലയൻ പറയി പെറ്റ പന്തിരുകുലത്തിൽ നിന്നടക്കം വിട്ടു പോയ വർ ഇനിയുമുണ്ടാകാം. പാരമ്പര്യ അവകാശങ്ങളുമായി ഒരു നാടിന്റെ സ്പന്ദനം നിയന്ത്രിച്ചിരുന്നവരാണിവർ.

ആചാര പഴമകളുടെ അധികാര കാഴ്ചകളുമായി ഉൾനാടൻ ഗ്രാമ ങ്ങളിലെവിടെയെങ്കിലുമൊക്കെ ഇന്നും ഇവരുണ്ടാകും. അത്യ പൂർവ്വം പൈതൃകം മറക്കാത്ത മനസ്സിലെങ്കിലും...

■

അമ്മു ഓപ്പോൾ

ഇന്ന് അമ്മു ഓപ്പോളെ കണ്ടില്ലല്ലോ?

സാധാരണയായി ദിവസത്തിൽ ആറ് തവണയെങ്കിലും വീട്ടിൽ വന്നു പോകുന്ന ആളാണ്. നേരം വെളിച്ചായിട്ട് ഇത്ര നേരായിട്ടും ഇന്നോപ്പോളെ കാണാത്തത് എന്താണെന്നറിയാതെ മനസ്സിനാകെ ഒരു വിമ്മിഷ്ടം.

അമ്മു ഓപ്പോളുടെ ഓരോ വരവും ഞങ്ങൾ നാട്ടുകാർക്ക് സ്വന്തം ജീവിതചര്യയുടെ ഭാഗമാണ്. പ്രത്യേകിച്ച് ആവശ്യങ്ങളോ അന്വേഷണങ്ങളോ പരാതികളോ ഒന്നും പറയാനായിരുന്നില്ല. ഒരിക്കലും അവർ വന്നിരുന്നത്. നവതിയുടെ തുടക്കക്കാലത്തിൽ വന്നു ചേർന്ന 'ചിന്നൻ' എന്ന് കാരണവന്മാർ പേരിട്ടു വിളിച്ചിരുന്ന ഒരു ഓർമ്മ നഷ്ടപ്പെടലിന്റെ തുടർച്ചയായിരുന്നു അമ്മു ഓപ്പോളുടെ ഓരോ സന്ദർശനവും.

വെള്ളബ്ലൗസും കാൽമുട്ടിനു താഴെ നിൽക്കുന്ന വെള്ള ഒറ്റ മുണ്ടും അതായിരുന്നു ആളുടെ സ്ഥിരംവേഷം. തോട ഇടാൻ പറ്റാത്ത വിധം നീണ്ടു നിൽക്കുന്ന കാതുകൾ കേൾവിയുടെ കാര്യത്തിലും കുറച്ച് പിറകിലാണ്. ഏഴോ എട്ടോ മക്കളുണ്ടെങ്കിലും ചില സമയത്ത് ഒരാളെ പോലും ഓർമ്മയുണ്ടാകില്ല.

വയറു നിറയെ ഭക്ഷണം കഴിച്ച് വീട്ടിൽ നിന്നിറങ്ങിയാലും പിന്നേയും വിശപ്പ് ബാക്കിയാകുന്ന മനസ്സ് ഞങ്ങളുടേതടക്കം എല്ലാ വീട്ടിലും വന്ന് ഭക്ഷണമിരക്കും. ആദ്യകാലങ്ങളിൽ അവരുടെ മക്കളെ ഇത് വളരെ വിഷമിപ്പിച്ചിരുന്നു. പിന്നീടവരും ആ അവസ്ഥയോടെപ്പോഴോ പതിയെ പൊരുത്തപ്പെട്ടു. വല്ലാതെ മെലിഞ്ഞ്, നീണ്ടു വെളുത്ത ശരീരപ്രകൃതിക്ക് ഇണങ്ങാത്ത വിധം ഒരു പ്രത്യേക ശക്തി അവരുടെ ചലനങ്ങളിലെപ്പോഴും കാണാറുണ്ട്. ഒത്ത ബലമുള്ള ഒരാളിൽനിന്നു പോലും കുതറി മാറാനുള്ള കഴിവ് ഒന്ന് കാണേണ്ടതുതന്നെയാണ് വളരെ വേഗത്തിലുള്ള നടത്തം പലപ്പോഴും സ്വയം വീഴ്ചകളെ വിളിച്ച് വരുത്തി.

രണ്ടു കിലോമീറ്ററോളം അകലെ താമസിക്കുന്ന അനുജന്റെ വീട്ടിൽ നിന്നും ആരംഭിക്കുന്ന ഓരോ യാത്രയും അവസാനിച്ചിരുന്നത് സ്വന്തം തറവാട്ടുപറമ്പിൽ തന്നെ താമസിക്കുന്ന സഹോദരിയുടെ അടുത്തായിരുന്നു. ഇന്നീ നിമിഷം ഞാനറിയുന്നു അമ്മു ഓപ്പോളുടെ യാത്രകൾ അവസാനിച്ചിരിക്കുന്നുവെന്ന്. വീട്ടിലേക്ക് പാല് കൊണ്ട് വന്ന മാധവിയേട്ടത്തിയാണ് അമ്മു ഓപ്പോളുടെ മരണവാർത്ത അറിയിച്ചത്. എന്നത്തേയുമെന്ന പോലെ രാവിലെ വീട്ടിൽ നിന്നിറങ്ങിയാതിരുന്നത്രെ.

പക്ഷേ, പടിക്കെട്ടിൽ കാലിടറി ഒന്നു വീണു. രാവിലെ വീട്ടിൽ വെച്ചായിരുന്നു.

അവിടെ എല്ലാം അവസാനിക്കുകയായിരുന്നു. കാർത്ത്യായന്യേ... അമ്മിണ്യേയ്... നാരായണാ... പേര് ചൊല്ലി വിളിച്ച് എന്നുമെന്ന പോലെ അമ്മു ഓപ്പോൾ വന്നിരുന്നെങ്കിൽ എന്ന് ഞാനടക്കം പലരും ഇന്നും ആഗ്രഹിക്കാറുണ്ട്. ഇന്നത്തെ വാർദ്ധക്യം എൺപതുകളിലേ കിടക്ക തേടി തുടങ്ങിയതു കൊണ്ടോ എന്തോ... ഇനി ഒരു അമ്മു ഓപ്പോളിന് വേണ്ടി കാലം കാത്തുനിൽക്കാൻ വഴിയില്ല.

'ചിന്നൻ' ഞാനടങ്ങുന്ന പ്രായത്തിലുള്ളവരുടെ അറിവു പുസ്തകത്തിൽ മാത്രം അടയാളപ്പെടുത്താവുന്ന ഒരു വാക്കായി അവശേഷിച്ചു തുടങ്ങി. പുതിയ നാമങ്ങളിൽ, പുതിയ രൂപങ്ങളിൽ അത് പിറവിയെടുത്തിട്ടുണ്ടോ എന്ന് പരതി നോക്കാൻ ഒരിക്കലും മുതിർന്നില്ലെന്നത് എന്റെ മാത്രം യാഥാർത്ഥ്യവും. ■

നാരങ്ങമിഠായി

ഇന്ന് അമ്മയെ കാണാൻ പോയിരുന്നു. ബസ്സിറങ്ങിയപ്പോൾ ആദ്യം നോക്കിയത് ആ പെട്ടിക്കടയിലേക്കാണ്. മരം കൊണ്ടുണ്ടാക്കിയ, നീലനിറത്തിലുള്ള പെട്ടിക്കട അടഞ്ഞു കിടക്കുകയാണ്.

"കുട്ട്യേയ് ഒന്നു നിന്നേ... നിനക്ക് നാരങ്ങ മിഠായി വേണ്ടെ, അതോ, വലുതായപ്പോ ഉണ്ണ്യേട്ടനെ കണ്ണിൽ പിടിക്കാണ്ടായോ?"

"ഏയ് ഇല്യ ഉണ്ണ്യേട്ടാ..." ഞാൻ വീടെത്താനുള്ള തിരക്കിലായിരുന്നു. "അമ്മയെ കണ്ടിട്ട് ഇപ്പോൾ തന്നെ പോകണം. മോൻ സ്കൂള് വിട്ട് വരും മുൻപ് തിരിച്ചെത്തണം."

"അപ്പോ കണ്ണനോ?"

"ആളിവിടില്ല, കോഴിക്കോടാണ്."

"എന്നാലും നീ വാ, ഒന്ന് കേറീട്ട് പോ. ഞാൻ മോന് മിഠായി തരാം."

പെട്ടെന്ന് മൊബൈൽ ബെല്ലടിച്ചു. മറുതലയ്ക്കൽ അമ്മയാണ്.

"നീ പോന്നില്ല ഇനിയും?"

"ദാ വര്ണു. അമ്മ ഫോൺ വെച്ചോളൂ."

സംസാരം നിർത്തി ഉണ്ണിയേട്ടനോട് യാത്ര പറയാൻ തിരിഞ്ഞു. പക്ഷേ, അവിടെങ്ങും ഒരാളുമില്ല. അടഞ്ഞുകിടക്കുന്ന പെട്ടിക്കട മാത്രം.

ഒരു നേർത്ത നെടുവീർപ്പോടെ ഞാൻ പതിയെ അവിടെ നിന്നും നടന്നു. ഇന്നലെ ഉണ്ണ്യേട്ടന്റെ ആണ്ടു ശ്രാദ്ധമായിരുന്നു. ഓർമ്മകൾ പുറകിലേക്കു പോകാനുള്ള കാരണം അതുമാകാം. ഉറ്റവരെല്ലാം വിദേശത്തും മറ്റും സ്ഥിരമായതോടെ തീരെ വയ്യാതായ ഉണ്ണ്യേട്ടൻ അവസാന നാളുകളിൽ ഏതോ വൃദ്ധസദനത്തിലായിരുന്നെന്നാണറിവ്.

ഉണ്ണ്യേട്ടൻ...

സ്ഥാനം കൊണ്ട് എനിക്ക് അമ്മാവനാകുമെങ്കിലും ഞങ്ങൾ തറവാട്ടുകാർക്കും നാട്ടുകാർക്കുമെല്ലാം അദ്ദേഹം ഉണ്ണ്യേട്ടനായിരുന്നു. കുട്ടിക്കാലത്ത് തലയിൽ മാങ്ങവീണ് കാലുകളുടെ വളർച്ചയും ശേഷിയും നഷ്ടപ്പെട്ടു. എങ്കിലും സ്വപരിശ്രമം കൊണ്ടും പരാശ്രയത്താലും ചെറിയ തോതിലൊരു പെട്ടിക്കട നടത്താൻ അദ്ദേഹത്തിനു സാധിച്ചു. സ്കൂള് വിട്ട് വരുമ്പോൾ ഉണ്ണ്യേട്ടൻവക മിഠായി സ്ഥിരമാണ്. ചില ദിവസങ്ങളിൽ അദ്ദേഹത്തിന്റെ സ്ഥാനം കയ്യേറി മുതലാളി ചമഞ്ഞ് കച്ചവടം വരെ നടത്തും. ഞങ്ങളിൽ ചില കുട്ടിക്കുറുമ്പുകൾ. ഇതെല്ലാം ആസ്വദിക്കുന്നതല്ലാതെ ഒരിക്കലും വഴക്കു പറഞ്ഞിട്ടില്ല.

ഉണ്ണ്യേട്ടന്റെ ചില ചില്ലറ ആവശ്യങ്ങളും ആഗ്രഹങ്ങളും സാധിച്ച് കൊടുക്കാൻ ഞാനെന്നും ശ്രദ്ധിച്ചിരുന്നു. മകരം പകുതിയോടെ തുടങ്ങും 'പാള വിശറിക്കു' വേണ്ടിയുള്ള ഓർമ്മപ്പെടുത്തൽ. കവുങ്ങിൻ പാള വൃത്തത്തിൽ മുറിച്ച് അടിഭാഗം 'യു' ആകൃതിയിലുള്ള പിടുത്തവുമായി എന്റെ അമ്മൂമ്മ ഉണ്ടാക്കിയിരുന്ന വിശറിയോട് ആൾക്കൊരു പ്രത്യേക താൽപ്പര്യമാണ്. ഇത് കൊണ്ടു കൊടുക്കാൻ മറക്കുന്നെന്ന് തോന്നിയാൽ പിന്നെ പുകിലായി. അവസാനം നാലാള് കേൾക്കെ ഒരു പറച്ചിലുണ്ട്.

"ഓപ്പോളോട് വിശറിക്കാര്യം പറയാൻ ഈ കാലു വയ്യാത്തോൻ തന്നെ പോണ്ടി വരുംന്നാ തോന്നണേ."

അതോടെ ഞാനെന്റെ മറവിയോട് വിട പറയും. മനയ്ക്കലെ വലിയ കുഞ്ഞാത്തർണ്ണയുടെ പിറന്നാളിന് പകർച്ചയായി കിട്ടുന്ന കടുംപായസം വർഷം തോറും പതിവ് തെറ്റാതെ കൊണ്ടു കൊടുക്കുമ്പോൾ കണ്ണു ചെറുതായടച്ച് കുട്ടികളുടേതുപോലെ നിഷ്കളങ്കമായൊരു ചിരിയുണ്ട്. മറവിയുടെ മാറാല പറ്റാത്തൊരു കോണിൽ ഞാനാ ഓർമ്മകളെ ഇന്നും തുടച്ച് മിനുക്കുന്നു.

നാട്ടുവർത്തമാനങ്ങളുടെ മാധ്യമ സിരാകേന്ദ്രമായിരുന്ന ആ പെട്ടിക്കട ഇനി എത്രകാലം അവിടുണ്ടാകുമെന്നറിയില്ല. എന്നിൽ നിന്ന് എന്റെ മകനിലേക്കുവരെ നീണ്ട മിഠായിക്കാലം നുകരാൻ പുതിയൊരു തലമുറയ്ക്ക് മുൻപിൽ ഇനി ഉണ്ണ്യേട്ടനില്ല. വൃദ്ധസദനത്തിലേക്ക് പോകുന്നതിന് മുൻപ് ഒന്ന് കാണാൻ സാധിച്ചില്ല. വഴിയരികിൽ ഒറ്റപ്പെട്ടു പോയൊരു യാത്രക്കാരനായി കാണാൻ ആഗ്രഹിക്കാത്തതു കൊണ്ടു, പുതിയ താവളമൊരിക്കലും അന്വേഷിച്ചതുമില്ല. പുല അറിയിക്കാൻ വല്ല്യമ്മ വിളിച്ചപ്പോൾ കണ്ണുകളറിയാതെ ഈറനണിഞ്ഞു. ഇനിയൊരു കാഴ്ചയില്ലെന്നോർത്ത്....

അവസാനയാത്ര പറയാനും മനപ്പൂർവ്വം പോയില്ല. ഒത്തിരി വിശേഷങ്ങളും, ഇത്തിരി പരിഭവവും, അതിലിരട്ടി സ്നേഹവുമായി ഉണ്ണ്യേട്ടൻ ഇവിടെവിടെയോ ഉണ്ട്. ഒരു വർഷത്തിനിപ്പുറവും മനസ്സിനെ അങ്ങനെ പഠിപ്പിക്കാനാണെനിക്കിഷ്ടം. ■

ആനന്ദൻ ഖൂർക്ക

പുതിയ മാസം പിറന്നിട്ട് ഒരഞ്ചാം തിയ്യതി ആയിക്കാണും. അന്നൊന്നും വീട്ടിൽ കോളിംഗ് ബെല്ലൊന്നുമില്ല. പുറത്ത് നിന്നൊരാൾ വന്നാൽ, പരസ്പരം അറിയുന്നവരെങ്കിൽ പേരെടുത്തോ അല്ലെങ്കിൽ മറ്റ് സാധാരണ അഭിസംബോധനകളാലോ ഉള്ളിലുള്ളവരെ നീട്ടി വിളിക്കുന്നതാണ് രീതി.

ഇന്ന് ഒരാൾ വരുമെന്ന് ഉറപ്പാണ് മറ്റാരുമല്ല നമ്മുടെ ആനന്ദൻ ഖൂർക്ക.

നാട്ടുകാവൽക്കാരനായാണ് ആളെ കണക്കാക്കി വരുന്നത്. പഞ്ചായത്ത് തലനിയമനമോ മറ്റോ ആണ് ഇവരുടേത്. രാത്രി പന്ത്രണ്ട് മണിയോടടുക്കുമ്പോൾ നീണ്ട ഒരു വിസിലടിയും ഇലക്ട്രിക് പോസ്റ്റിൽ വടി കൊണ്ട് തട്ടുന്ന ശബ്ദവും കേൾക്കാം. സ്ഥിരമായൊന്നും ഈ പതിവില്ലെങ്കിലും നാട്ടിലെ ആസ്ഥാന കള്ളന്മാർക്ക് ഇവരോട് ഇത്തിരി ബഹുമാനമൊക്കെ കാണും. എത്ര കള്ളന്മാരെ ഇവർ പിടിച്ചിട്ടുണ്ടെന്നൊക്കെ തിരക്കാൻ പോയാൽ കാര്യം കഷ്ടമാണ്. അതുകൊണ്ടുതന്നെ കൂടുതൽ ആ വിഷയത്തിലേക്ക് കടക്കാതിരിക്കുന്നതാണ് ഉത്തമം. ഇനി പ്രധാന കാര്യം, മാസത്തിലെ ആദ്യ ദിനങ്ങളിൽ അവരുടെ മാസപ്പടി വാങ്ങുവാനായി ഇവർ വീടുകളിലെത്തും. സംരക്ഷകക്കൂലി വാങ്ങുന്ന കാര്യത്തിൽ വളരെ കണിശക്കാരാണ് കക്ഷികൾ.

ഹിന്ദി അറിയാത്ത അമ്മൂമ്മയുടെ അടുത്തു നിന്ന് പൈസ വാങ്ങുന്നതിനായി മുറി മലയാളം പറഞ്ഞ് എന്നത്തേയും പോലെ ആനന്ദൻ ഖൂർക്ക അന്നും വന്നു. ആളുടെ കർത്തവ്യ നിർവ്വഹണത്തിൽ തൃപ്തി പോരാത്ത അമ്മൂമ്മ പതിവു പരാതിക്കും മുടക്കം വരുത്തിയില്ല. “ദേ, അഞ്ച് രൂപ തരും ഇതു വാങ്ങി മിണ്ടാതെ പൊക്കോളണം. ഇവിടെ നിന്നിനി ഗോഷ്ടി കാണിച്ചാൽ എന്റെ നല്ല സ്വഭാവത്തിന് ഒരഞ്ചു പൈസ പിന്നെ കിട്ടില്ല, പറഞ്ഞില്ലാന്ന് വേണ്ട.”

അമ്മൂമ്മയുടെ ദേഷ്യപ്പെടലൊന്നും മനസ്സിലാകാത്ത ആ പാവം മിസ്സോറാംകാരൻ.

'ഹാ മാജി' എന്ന് എല്ലാറ്റിനും മൂളുന്നുണ്ട്. അയാളുടെ ഭാവം കണ്ട് പാവം കരുതിയിട്ടാണെന്ന് തോന്നുന്നു. പിന്നെ അമ്മൂമ്മ ഏറെ പറഞ്ഞില്ല. നാട്ടിൽ പോകുമ്പോൾ എല്ലാ വീട്ടിലും വന്ന് യാത്ര പറയുന്ന ഒരു പതിവുണ്ടവർക്ക്. ആനന്ദൻ ഖൂർക്കയ്ക്ക് മുമ്പു ണ്ടായിരുന്ന ആൾ നേപ്പാളുകാരനായിരുന്നു. അയാൾ സ്ഥിരമായി സ്വന്തം നാട്ടിലേക്ക് തിരിച്ചുപോയതിനുശേഷമായിരുന്നു ഇദ്ദേഹ ത്തിന്റെ രംഗപ്രവേശം. വിവാഹം കഴിഞ്ഞ് നാട്ടിൽ നിന്ന് മാറുന്ന തിന് അഞ്ചെട്ട് വർഷം മുമ്പുവരെ ആനന്ദൻ ഖൂർക്കയെ കണ്ട ഓർമ്മ എനിക്കുണ്ട്. ഇന്നിപ്പൊ അങ്ങനെ ഉള്ളവർ അത്യപൂർവ്വമാ ണെന്നു തോന്നുന്നു. സമയം രാത്രി പന്ത്രണ്ടരയോടടുത്തു. ഒരു വിസിലടിയും സൈക്കിൾ ചക്രങ്ങളുടെ മുരൾച്ചയും കേൾക്കു ന്നുവോ മാസപ്പടിക്കാരന്റെ വേതനം തേടി ആനന്ദൻ ഖൂർക്കമാർ ഇപ്പോഴും വരാറുണ്ടോ ആവോ? ■

യജ്ഞം

"കെ.ബി.ശ്രീദേവിയുടെ ഒരു അഭിമുഖം വേണം."

ജോലി ചെയ്തിരുന്ന ദ്വൈവാരിക പത്രാധിപരുടെ ആവശ്യം മാനിച്ച് കഥാകാരിയെ കാണാൻ പുറപ്പെടുമ്പോൾ 'അഗ്നിഹോത്ര' മൊഴിച്ച് അവരെ ഞാൻ വായിച്ചിട്ടേയില്ല എന്നതായിരുന്നു സത്യം. എഴുതി തിട്ടപ്പെടുത്തിയ എന്റെ ചോദ്യങ്ങൾക്ക് പതിഞ്ഞ ശബ്ദത്തിൽ ഏറെ പക്വമായി മറുപടി നൽകി കൊണ്ടിരിക്കുന്നതിനിടയിൽ തന്നെ എഴുത്തുകാരിയുടെ നാവിൽ നിന്നും ഞാൻ ഭയപ്പെട്ടിരുന്ന ആ ചോദ്യം എന്നെ തേടി വന്നു.

"ദീപ്തി 'യജ്ഞം' വായിച്ചിട്ടില്ല്യേ?"

'ഇല്ല്യ' എന്ന മറുപടി ഒട്ടും അവസരോചിതമല്ലെങ്കിലും തുറന്നു പറയുന്നതായിരിക്കും നല്ലതെന്ന തിരിച്ചറിവിൽ വായിച്ചിട്ടില്ല എന്നു തന്നെ മറുപടി കൊടുത്തു.

ഒരു തുടക്കക്കാരിയുടെ അറിവുകേടിനോട് പൊറുക്കാൻ മനസ്സു തോന്നിയതു കൊണ്ടാകും, കാലപ്പഴക്കം കൊണ്ട് നിറം മങ്ങി തുടങ്ങിയെങ്കിലും പഴയൊരു പത്രത്താളിൽ എന്നോ പൊതിഞ്ഞ് വെച്ച സ്വന്തം കോപ്പി തന്നെ അവരെന്റെ കയ്യിൽ വെച്ച് തന്നു. "ഇത് വായിച്ചിട്ട് എനിക്ക് തിരിച്ച് തരണം ട്ടോ. ഇതിന്റെ പകർപ്പുകൾ ന്റെ കൈവശം ഇപ്പോ അധികം ല്ല്യ." പറഞ്ഞതുപോലെ പിറ്റേ ദിവസം തന്നെ പുസ്തകം വായിച്ച് തിരിച്ചേൽപ്പിച്ചു. പിന്നീടൊരോണക്കാല അഭിമുഖത്തിനായി വീണ്ടും ആ പടി കടന്ന് ചെല്ലുമ്പോഴും പേരെടുത്ത് വിളിച്ച് പരിചയം പുതുക്കത്തക്കവിധം ശ്രീദേവി ടീച്ചറെന്നെ ഓർത്തതും ഇതു കൊണ്ടൊക്കെത്തന്നെയാകും.

മലയാള ഭാഷയോട് പൊതുവെ ഒരു രണ്ടാനമ്മനയമാണ് മകന് എങ്കിലും ഈയിടെ പറയിപെറ്റ പന്തിരുകുലം വായിച്ച് വള്ളോനേം പെരുന്തച്ചനേയുമൊക്കെ തിരക്കുന്നുണ്ടായിരുന്നു കക്ഷി. പണ്ടൊരിക്കൽ തന്നോടൊട്ടു കുഞ്ഞു വർത്തമാനം പറഞ്ഞ കഥയമ്മൂമ്മയുടെ ചിത്രം പുറംചട്ടയിൽ കണ്ട ആകാംക്ഷയുമാകാം ചിലപ്പോഴതിനു പിന്നിലെ കാരണം.... ■

അക്ഷരമുറ്റം

ചില വഴിത്തിരിവുകൾക്ക് മറ്റു ചിലർ നിമിത്തമാകാറുണ്ട് പലപ്പോഴും. പുസ്തകത്താളിൽ ആലിലയും മയിൽപ്പീലിയുമടച്ചുവെയ്ക്കുന്ന നല്ല ബാല്യത്തിൽ വരികളൊളിപ്പിച്ചു വെച്ച കുട്ടിയെ ഒരിക്കലൊരദ്ധ്യാപിക, അപകർഷതാബോധത്തിന്റെ കൂടു തുറന്നു പുറത്തിറക്കി. ഒരേ വരിയിൽ ഒരുമിച്ചിരുന്നവരാണ് ആദ്യം ആ അക്ഷരങ്ങളെ ടീച്ചർക്ക് മുമ്പിലെത്തിച്ചത്. നാലെട്ടു വരികളിൽ വൃത്തവും അർത്ഥവുമൊപ്പിക്കാതെ കുത്തിക്കുറിച്ചതിലെവിടെയൊക്കെയോ ഒരു കവിതയുണ്ടെന്ന് പിന്നീടാരൊക്കെയോ പറഞ്ഞു.

വെള്ളിയാഴ്ചകളുടെ ഒടുക്കം സാഹിത്യ സമാജത്തിലൂടെയാണ് സ്വന്തം അമ്മയുടെ മുമ്പിലെന്നതുപോലെ ക്ലാസ്സ്ടീച്ചറും ഉറ്റവർക്ക് തുല്യം സഹപാഠികളും മാത്രം അണിനിരക്കുന്ന മുറിയിൽ ഉൾക്കിടിലമില്ലാതെ അരങ്ങിലേറാൻ ആ ദിനങ്ങൾ പ്രാപ്തിയേകി. വിദ്യാരംഗം കലാസാഹിത്യവേദി, പൗരസ്ത്യ ഭാഷാ സംഘടന മത്സരങ്ങൾ, ജില്ലാതല യുവജനോത്സവങ്ങൾ ഉൾവലിച്ചിലിന്റെ പുറംതോടു പൊളിച്ച് പിന്നീട് കയറി നിന്ന വേദികൾക്കൊക്കെയും കടപ്പാട് ആ സാഹിത്യ സമാജ ദിവസങ്ങളോട് തന്നെയാണ്.

കവിത നമുക്ക് പറ്റിയതല്ലെന്ന തിരിച്ചറിവിൽ ഗദ്യത്തിന്റെ കൂട്ടുപിടിച്ച് കളം മാറ്റി പിടിച്ചെങ്കിലും വാക്കൊപ്പിച്ച് വരി കുറിക്കാനിന്നും ശ്രമിക്കുന്നതിനു പിന്നിലും ഒരു വിദ്യാലയ കാലത്തിന്റെ കയ്യൊപ്പുണ്ടെന്ന് മറക്കുന്നില്ല. അഞ്ചാം ക്ലാസ്സുമുതൽ 7-ാം ക്ലാസുവരെ തുടർച്ചയായി എന്റെ ക്ലാസ്സിന്റെ ചാർജ്ജുണ്ടായിരുന്ന പുറനാട്ടുകര ശ്രീ ശാരദയിലെ ശോഭടീച്ചർ ആ പേരു പറയാതെ ഈ കുറിപ്പൊരിക്കലും പൂർണ്ണമാകില്ല. ഒത്തിരിയില്ലാത്ത ഇത്തിരിവാക്കിൽ സ്നേഹകാർക്കശ്യം കലർത്തി ടീച്ചറന്ന് തുറന്ന എഴുത്ത് വാതിൽക്കൽ വെട്ടിയും തിരുത്തിയും ഞാനിന്നും വാക്കുറപ്പിക്കുന്നു. ■

കുട്ടിക്കഥകളുടെ മുത്തശ്ശിയോടൊപ്പം

മാർക്ക് ടെയ്നിന്റെ 'ദി പ്രിൻസ് ആൻഡ് ദി പേപ്പർ' എന്ന നോവൽ വായിച്ചു ചാരുകസേരയിലിരിക്കുന്ന മുത്തശ്ശിയെ നോക്കി ഞാൻ ചോദിച്ചു.

സുമംഗല... അതേ വരൂ, എന്ന് പറഞ്ഞു അവരെന്നെ അകത്തേക്ക് ക്ഷണിച്ചു. സെറ്റുമുണ്ടുടുത്തു, നെറ്റിയിൽ സിന്ദൂര പൊട്ടു തൊട്ട്... അപ്പോഴാണ് ഞാൻ ഓർത്തത് ഇതുതന്നെ ആയിരുന്നു. എന്റെ മനസ്സിലെ രൂപം വടക്കാഞ്ചേരി ഓട്ടുപാറയ്ക്കടുത്തു ദേശമംഗലത്തു മനയിൽ മലയാളത്തിന്റെ കുട്ടിക്കഥകളുടെ മുത്തശ്ശി അന്നൊക്കെ എപ്പോഴും തിരക്കിലാണ്. വായനയുടെ, എഴുത്തിന്റെ തിരക്കിൽ.

ഒരു അഭിമുഖ സംഭാഷണത്തിനായി അവിടെയെത്തിയ എനിക്ക്, പത്രത്താളിലും മറ്റും മാത്രം കണ്ടിട്ടുള്ള ആ മുഖം നേരിട്ട് കാണാൻ സാധിച്ചതിന്റെ സന്തോഷം ആ സമയം പറഞ്ഞാൽ തീരില്ല. ബാലസാഹിത്യം എഴുതാനുള്ള പ്രേരണ എങ്ങനെ ലഭിച്ചു എന്ന് ചോദിച്ചപ്പോൾ ഐതിഹ്യകഥകളുടെ കൂട്ടുകാരി എനിക്ക് മുൻപിൽ മനസ്സ് തുറന്നു.

"മൂത്ത മകൾ കുട്ടിക്കാലത്തു കഥ കേട്ടാലേ ഭക്ഷണം കഴിക്കൂ. ആദ്യമൊക്കെ തെരെഞ്ഞെടുത്ത പല കഥകളും പറഞ്ഞു കൊടുത്തു. പിന്നീട് പറയാൻ ഒന്നുമില്ലാതായി. അക്കാലത്തു മാലിയെപ്പോലെ അപൂർവ്വം ചിലർ മാത്രമാണ് ബാലസാഹിത്യം എഴുതിയിരുന്നത്. കുട്ടികൾക്ക് മാത്രമായി കഥകളില്ല. ഈ തിരിച്ചറിവാണ് കുഞ്ഞിക്കണ്ണടച്ചു സ്വപ്നം കണ്ടുറങ്ങുന്ന ഉണ്ണി മനസ്സിന്റെ കൂട്ടുകാരിയാക്കി എന്നെ മാറ്റിയത്."

വായനാശീലം നിലനിർത്തുന്ന ഒരു വിഭാഗം കുട്ടിക്കൂട്ടം നിലനിൽക്കുന്നു എന്നതിന്റെ തെളിവായി തനിക്കപ്പോഴും വരുന്ന കത്തുകൾ കഥാകാരി എനിക്കു മുൻപിലന്ന് എടുത്തു വെച്ചു.

1960കളിൽ പൂമ്പാറ്റയിലൂടെ ആയിരുന്നു എഴുത്തിന്റെ തുടക്കം. പൂമ്പാറ്റയുടെ പ്രസാധകനായ പി.എ വാരിയർ കുടുംബസുഹൃത്തായിരുന്നു. ഇദ്ദേഹവും ഡി.സി. കിഴക്കേമുറിയുമാണ് തന്നെ ഏറെ പ്രോത്സാഹിപ്പിച്ചിട്ടുള്ളതെന്നും അവർ പ്രത്യേകം ഓർത്തു പറഞ്ഞു.

“കഥകളെഴുതുമ്പോൾ ഞാനൊരു കുട്ടിയായി മാറും. ലളിതമായ ഭാഷയെ ഉപയോഗിക്കാറുള്ളൂ.”

വിഷയം മനസ്സിലുണ്ടായിട്ടും ആ കഥാപാത്രമായി മാറാൻ കഴിയാതെ പതിനാറ് വർഷത്തോളം കാത്തിരുന്ന് എഴുതിയ ചരിത്രം പോലുമുണ്ട്. ചോദ്യങ്ങളും ഉത്തരങ്ങളും അവസാനിപ്പിച്ച് പടിയിറങ്ങുമ്പോൾ മലയാണ്മയ്ക്ക് നെയ്പ്പായസത്തിന്റെ മധുരം പകർന്നു നൽകിയ കഥ, മുത്തശ്ശിയുടെ മനം നിറഞ്ഞ അനുഗ്രഹം വാങ്ങാൻ മറന്നില്ല അക്ഷരങ്ങളുടെ ലോകത്തു പിച്ച വെക്കാൻ എനിക്കാ മനസ്സിന്റെ പുണ്യം കൂടി വേണമായിരുന്നു. ■

കുട്ടേട്ടന്റെ അഞ്ച് രൂപ

കുട്ടേട്ടനെ അറിയാത്തവർ കുറവാണ്. തട്ടകത്തെ വേലയ്ക്ക് പറ പുറപ്പെടുമ്പോൾ നെല്ല് ചുമക്കുന്നത് മുതൽ ഒട്ടു മിക്ക വീടുകളിലേയും അല്ലറ ചില്ലറ ആവശ്യങ്ങൾ നിറവേറ്റുന്നത് തുടങ്ങി എന്തിനും മുൻപിൽ കുട്ടേട്ടനുണ്ടാകും. വയസ്സായ അമ്മയോടൊത്ത് പാടത്ത് പോയി, പുല്ല് ചെത്തി, ചാക്കിലാക്കി തലയിലേറ്റി വരുമ്പോഴും പശുവിനെ മേയാൻ കൊണ്ടു പോകുന്ന വഴിയിലും പിറുപിറുന്നെനെ ആളെന്തെങ്കിലും പറഞ്ഞു കൊണ്ടേയിരിക്കുന്നത് കാണാം. ആരെങ്കിലും മനസ്സറിഞ്ഞെന്തെങ്കിലും കൊടുത്താൽ പിന്നെ ആളാകെ സന്തോഷത്തിലായിരിക്കും. അടുപ്പമേറെ ഉള്ളവരോട് ചോദിച്ച് വാങ്ങുന്നതിലും മടിയില്ല.

എതിരേ വരുന്നവരോട് സുഖ വിവരം തിരക്കി ഒരു പകുതിക്കയ്യൻ ഷർട്ടിട്ട് കൈലിമുണ്ടും ചുറ്റി ഇടവഴികളിലെവിടെയും കുട്ടേട്ടനെ പ്രതീക്ഷിക്കാം.

കൂട്ടി വെച്ച് എണ്ണി തിട്ടപ്പെടുത്തുന്ന നോട്ടുകളുടെ കാര്യത്തിൽ മാത്രം കുട്ടേട്ടന് പലപ്പോഴും പിഴയ്ക്കും. നോട്ടുകളെ തിരിച്ചറിയുന്ന കാര്യത്തിൽ തുകയുടെ വലുപ്പത്തേക്കാളെന്നും ആൾക്കു മനസ്സിൽ തിട്ടം അതിന്റെ നിറത്തോടു തന്നെയാണ്.

ഒരിക്കലൊരാൾക്ക് അഞ്ചു രൂപ നോട്ടിന് ഏറെ അത്യാവശ്യം കുട്ടേട്ടന്റെ കയ്യിലാണെങ്കിൽ അതപ്പോഴുണ്ടുതാനും.

"കുട്ടാ.... നീ അതെനിക്കു താ. ഞാൻ നിനക്ക് ഇരുപതു രൂപ തരാം."

"നടക്കില്ല രാമേട്ടാ....."

കുട്ടേട്ടന്റെ മറുപടി പെട്ടെന്നായിരുന്നു.

"നിങ്ങളെന്നെ പറ്റിക്കാനാന്ന് യ്ക്കറിയാം. എന്റെ കയ്യിലേ, പച്ച നോട്ടാ നിങ്ങള് തരാംന്ന് പറയണത് ചോപ്പും. എനിക്കെന്റെ പച്ച മതി."

പഠിച്ച പണി പതിനെട്ടും പയറ്റിയിട്ടും പച്ച നോട്ട് വിട്ടൊരു കളിക്കും കുട്ടേട്ടൻ തയ്യാറായില്ല.

അഞ്ചിനേക്കാൾ മൂല്യം കൂടിയ ഇരുപതിന്റെ പെരുപ്പത്തെ തിരിച്ചറിയാനുള്ള അറിവില്ലായ്മക്കപ്പുറം തന്റെ കയ്യിലുള്ളതിന്റെ വലുപ്പം കുറഞ്ഞാലും കുഴപ്പമില്ല. കൃത്യമായി കണക്കറിയാത്ത തന്നെ രാമേട്ടനങ്ങനെ പറ്റിക്കണ്ട എന്നു തന്നെയാണ് കുട്ടേട്ടനതിനുള്ള ഉത്തരം.

കാലം പോകുന്നതിനനുസരിച്ച് കുട്ടേട്ടന്റെ അറിവുകളിലും മാറ്റം വന്നു. നിറത്തിനപ്പുറം തുകയുടെ വലുപ്പമറിഞ്ഞ് കുടുംബവും മകളുമൊക്കെയായി ആളിന്നെവിടെയോ സ്വൈര്യജീവിതം നയിക്കുന്നുണ്ടെന്നാണറിവ്.

എങ്കിലും!!

ആ പച്ചനിറക്കാരൻ അഞ്ചു രൂപ നോട്ടിന്നുമെന്നെ കുട്ടേട്ടനെ ഓർമ്മിപ്പിച്ചുകൊണ്ടേയിരിക്കുന്നു.

■

അയലത്തെ അമ്മൂമ്മ

തെക്കേ വേലിയുടെ പൊളിഞ്ഞ് കിടക്കുന്ന ഭാഗത്തൂടെ നൂഴ്ന്ന് കടന്ന് 'കാർത്ത്യേനേയ്' എന്ന വിളിയുമായി അമ്മുട്ട്യേമ ഇനി ഏത് നിമിഷവും വരാം. ഉച്ച കഴിഞ്ഞുള്ള ഇടനേരങ്ങൾ അവരുടേതു മാത്രമാണ്. പറമ്പിലെ കൊടിയിൽ നിന്നും പൊട്ടിച്ചെടുത്ത തളിർ വെറ്റിലയിൽ ചുണ്ണാമ്പ് തേച്ച് പഴുക്കടയ്ക്കയും ഇത്തിരിയോളം പുകലയും ചേർത്ത് കുഞ്ഞുരലിൽ ചേർത്തിടിച്ച് പരസ്പരം പങ്കു വെയ്ക്കുന്ന നേരം കൊണ്ട് വീട്ടുവിശേഷങ്ങളും നാട്ടു വർത്തമാനങ്ങളുമടക്കം സകലതുമവിടെ കടന്നു വരും.

ഇടയ്ക്കിത്തിരി വെളിച്ചെണ്ണയോ മുളകുപൊടിയോ പരിപ്പോ എന്നു വേണ്ട അടുക്കള ചെപ്പിലെ ഒഴിഞ്ഞ, പലവ്യഞ്ജനക്കൂട്ടുകൾക്കായി കടയിലേക്കോടും മുൻപും ഇത്തരം വിളികളവർ അങ്ങോട്ടുമിങ്ങോട്ടും വിളിക്കാറുണ്ട്. ദുരഭിമാനബോധത്തിന്റെ കപട ചായക്കൂട്ടുകളണിയാത്ത മുഖവുമായി. കുമ്പളപ്പവും കരോലപ്പവും വിശേഷ ദിവസങ്ങളിലെ പായസവുമടക്കം പലതും ഒരു വേലിക്കപ്പുറം കൈമാറ്റം ചെയ്യപ്പെട്ട കാലം. മാങ്ങയും ചക്കയും മുരിങ്ങക്കായും ഇരുമ്പൻപുളിയും പങ്കിട്ടെടുത്ത്, പറമ്പിലെ ചീര അരിഞ്ഞെടുത്ത്, പറയാതെ കയറി വരുന്ന വിരുന്നുകാരനായി സാമ്പാറും ചോറും വരെ പകർന്നെടുത്ത അയൽവക്കക്കാലം.

അവധിക്കെത്തുന്ന മക്കൾ കൊണ്ടു വന്നിരുന്ന മിഠായിയും കുപ്പായശീലയുംവരെ സ്നേഹം ചേർത്ത് പങ്കുവെച്ച നാളുകൾക്ക് പറഞ്ഞാലും തീരാത്ത മധുരമായിരുന്നു. മറച്ചു പിടിക്കാനേറെ രഹസ്യങ്ങളില്ലാതെ അറുതിയും വറുതിയും പറഞ്ഞു ഒറ്റമുണ്ടിന്റെ തലപ്പിൽ കണ്ണീരൊപ്പി വടക്കേ ഉമ്മറപ്പടിക്കരികിലവരെന്നുമിരുന്നു.

അന്നേരങ്ങളിലവിടെ നിറഞ്ഞ നാട്ടുകഥകൾക്ക് കാതോർത്ത് അവർക്കരികിൽ ചെവി കൂർപ്പിച്ചിരുന്ന കുട്ടിക്ക് വയസ്സേറെ കൂടിയിട്ടും ഓർമ്മകളോടൊട്ടിഷ്ടം കൂടിയതും ഇതുകൊണ്ടൊക്കെത്തന്നെ. ഒരു വീഴ്ച കൊണ്ട്, കുറച്ചധികം കിടന്ന് അമ്മുട്ട്യേമ ആദ്യം

പോയി. വർഷങ്ങൾക്കിപ്പുറം അമ്മൂമ്മയും. സൂപ്പർമാർക്കറ്റും ഹൈപ്പർ മാർക്കറ്റും ഹോം ഡെലിവറിയുമടക്കം ആവശ്യങ്ങൾ കയ്യെത്തും ദൂരത്ത് നിറവേറുമ്പോൾ. കടം കൊള്ളലുകൾക്കും, പങ്കു വെയ്പ്പുകൾക്കും ഇന്നു തീരെ പ്രസക്തി ഇല്ല.

വേലികൾ മതിലുകളായതോടെ കെട്ടി വേർതിരിക്കപ്പെട്ടത് മനസ്സുകൾ കൂടിയായിരുന്നു. മദ്ധ്യാഹ്നത്തോടടുക്കുന്ന ഈ പകലിലും എനിക്കു കാണാദൂരത്തിരുന്ന് അവരാ വെറ്റില ചതയ്ക്കുന്നുണ്ടാകും. അതിരു കെട്ടാത്തൊരു സൗഹൃദത്തിന്റെ തുടർച്ചയെന്നോണം.... ■

അരിനെല്ലിക്ക

'**അ**ബിത' അവളെന്നോടേറെയൊന്നും പറഞ്ഞിട്ടില്ല. നിശ്ശബ്ദത യുടെ മുഖപടം സ്വയമണിഞ്ഞതാണോ സാഹചര്യങ്ങൾ നിന്നെ അണിയിച്ചതാണോ എന്ന് ഞാനൊരിക്കലും ചോദിച്ചിട്ടുമില്ല. നിറഞ്ഞ് കായ്ക്കുന്ന 'സപ്പോട്ട' മരത്തിനടുത്തുള്ള നീളൻ വരാന്ത യോട് ചേർന്നായിരുന്നു ഒന്നാം ക്ലാസ്സ് മഴയിൽ കുതിർന്ന് അമ്മയുടെ കയ്യും പിടിച്ച് അന്നവിടേക്കാദ്യമായി കയറിച്ചെല്ലുമ്പോൾ അവള വിടെ ഉണ്ടായിരുന്നോ എന്നോർമ്മയില്ല.

അക്ഷരമാലയിലൂടെ നൂഴ്ന്നിറങ്ങി, അക്കങ്ങളോട് പടപൊരുതി, ശാസ്ത്ര, സാമൂഹ്യപാഠങ്ങളുടെ വ്യത്യസ്തതകളറിഞ്ഞ് അധ്യയന മെന്ന മഹാപർവ്വത്തിലേക്ക് കാലെടുത്തു വെയ്ക്കുന്ന അങ്കലാപ്പു കൾക്കിടയിൽ ആദ്യമാദ്യം ഞാൻ അബിതയെ കണ്ടിരുന്നേയില്ല.

നടുവകഞ്ഞിട്ട മുടി പുറകിലേക്ക് പിന്നിക്കെട്ടി, വർണ്ണമേളങ്ങള ധികമില്ലാത്ത വസ്ത്രം ധരിച്ച്, ഒരു അലുമിനിയപ്പെട്ടിയിൽ പുസ്തക ങ്ങളുമായി സ്കൂളിലേക്ക് വന്നിരുന്ന ആ കൂട്ടുകാരിയെ പിന്നീടെ പ്പോഴൊക്കെയോ ഞാനും ശ്രദ്ധിച്ച് തുടങ്ങി.

കൊത്തം കല്ലാടുന്നവർക്കിടയിലോ കൊറ്റം കുത്തി കളിക്കുന്ന വരിലോ, വട്ടം വട്ടം നാരങ്ങയും കള്ളനും പൊലീസും തുടങ്ങി കുട്ടിക്കൂട്ടങ്ങളുടെ ഉത്സാഹത്തിമർപ്പുകളിലൊന്നും അവളുണ്ടായി രുന്നില്ല. ക്ലാസ്സിലെ ഒഴിഞ്ഞ കോണിൽ അത്യാവശ്യ സൗഹൃദങ്ങളും മിതഭാഷണവുമായി ഒതുങ്ങിക്കൂടുന്നതായിരുന്നു പതിവ്. സരസ്വതി ടീച്ചറും വാര്യരുമാഷും അക്ഷരമാല നീട്ടിച്ചൊല്ലുമ്പോൾ മറ്റുള്ള വർക്കൊപ്പം അബിതയുടെ ശബ്ദവും ഉയർന്നിരുന്നിട്ടുണ്ടാകാം. ഞങ്ങളാരും അതൊരിക്കലും കേട്ടിട്ടില്ലെങ്കിലും.

നാലു വർഷത്തിനിടയിലെന്നോ ഞങ്ങൾക്കിടയിലൊരു സൗഹൃദം പതിയെ വളർന്നു വന്നു. അതിന്റെ തെളിവായിരുന്നു ആ 'അരിനെല്ലിക്കകൾ' ഇത്തിരി ചവർപ്പും ഒത്തിരി പുളിപ്പും

നിറഞ്ഞ കുഞ്ഞരി നെല്ലിക്കകൾ അവളെനിക്കു വേണ്ടി കൂട്ടി വെയ്ക്കാൻ തുടങ്ങി. ഉച്ചയൂണിന് സ്കൂളിനടുത്തുള്ള വീട്ടിൽ പോയി തിരിച്ചു വരുമ്പോൾ കയ്യിൽ അഞ്ചോ പത്തോ അരിനെല്ലിക്കയുണ്ടാകും. എനിക്കും അപൂർവ്വം ചിലർക്കും മാത്രം അവളതെന്നും പങ്കുവെച്ചു.

അഞ്ചാം ക്ലാസ്സിൽ പുതിയ സ്കൂളിൽ പല, പല ക്ലാസ്സുകളിലായി വിഭജിക്കപ്പെട്ടവർക്കിടയിൽ ഞങ്ങളുമുണ്ടായിരുന്നു. വാക്കിന് ദാരിദ്ര്യം കണ്ടു പിടിച്ച കൂട്ടുകാരി പിന്നീട് വല്ലപ്പോഴും തമ്മിൽ കാണുമ്പോൾ ഒന്ന് ചിരിച്ചെന്ന് വരുത്തും.

അമ്മയും ഏട്ടനുമടങ്ങുന്ന കുടുംബത്തിലെ കുട്ടി. അച്ഛനെക്കുറിച്ച് പറഞ്ഞും കണ്ടും കേട്ടിട്ടില്ലാത്തതുകൊണ്ട് മാത്രം ആ ചിത്രം പാതിയിൽ നിർത്തുന്നു. എട്ടിലോ ഒൻപതിലോ പഠിക്കുമ്പോഴെന്നോർമ്മയില്ല അബിതയുടെ അമ്മ മരിച്ചതറിഞ്ഞു. അകലം കൊണ്ട് പണ്ടേ ലക്ഷ്മണ രേഖ വരച്ചു വെച്ച സുഹൃത്തിനെക്കുറിച്ച് പിന്നീടധികമൊന്നും അറിഞ്ഞു കൂടാ.. ഏറെ വൈകാതെ വിവാഹം കഴിഞ്ഞെന്നും കേട്ടിരുന്നു.

പ്രിയ സുഹൃത്തേ, നീ ഇന്നെവിടെയെന്നെനിക്കറിയില്ല. ആത്മാർത്ഥ സൗഹൃദങ്ങളിലൊന്നും നിന്റെ പോരൊരിക്കലും ഞാനെഴുതി വെച്ചിട്ടുമില്ല. എങ്കിലും ചിരിക്കാൻ മറന്നു പോയ പല മുഖങ്ങളിലും ഞാനിന്നും നിന്നെ കാണാറുണ്ട്. അരിനെല്ലി പൂക്കുന്ന കാലമത്രയും ഓർക്കാറുമുണ്ട്. ■

വേലായുധന്റെ വരവുകൾ

ഒന്നിടവിട്ട ആഴ്ചകൾ തോറും സ്ഥിരമായി, എല്ലാ വീട്ടിലും ധർമ്മത്തിനെത്തിയിരുന്ന വേലായുധനെ എന്റെ നാട്ടിലെ ചിലരെങ്കിലും ഇന്നും ഓർക്കുന്നുണ്ടാകും. കറുത്ത്, മെലിഞ്ഞ് ഉയരം കുറഞ്ഞ വേലായുധന്റെ വേഷം എപ്പോഴും വെളുത്ത് മുഷിഞ്ഞ ഒരു മുണ്ടും ഷർട്ടുമായിരിക്കും. നീണ്ട കാലൻ കുടയും ചെറിയൊരു തുണിസഞ്ചിയും കൂടി ചേർന്നാൽ ആളെ തിരിച്ചറിയാൻ എളുപ്പമായി. ഇരുപത്തഞ്ചിന്റെ ഒരു കുഞ്ഞു നാണയം കൊടുത്താലും മതിയാകും ആളുടെ മുഖം തെളിയാൻ. അരിയോടും നെല്ലിനോടും കക്ഷിക്കെത്ര താൽപ്പര്യം പോരാ. വിശേഷ ദിവസങ്ങളിൽ നാമെന്തെങ്കിലും മനസ്സറിഞ്ഞ് കൊടുത്താൽ കരിമഷിക്കറുപ്പുള്ള മുഖത്ത് ഏഴുതിരിയിട്ടു കത്തിച്ച നിലവിളക്കിന്റെ പ്രകാശം കാണാം.

പത്തിരുപത് വർഷങ്ങൾക്കു മുമ്പാണെന്നു തോന്നുന്നു വേലായുധന്റെ വരവുകളുടെ എണ്ണം കുറഞ്ഞ് തുടങ്ങി. ഇതിനെ തുടർന്ന്, ആളുടെ മക്കളെല്ലാം നല്ല നിലയിലായെന്നും വേലായുധന് സ്വന്തമായൊരു രണ്ടു നിലവീടും കൊള്ളാവുന്ന ബാങ്ക് ബാലൻസും ഉണ്ടെന്നും തുടങ്ങി അനേകം കഥകൾ നാട്ടിൽ പ്രചരിച്ചു വന്നു. ഇതിൽ എത്ര സത്യമുണ്ടെന്നറിയില്ല. എങ്കിലും വേലായുധനെ പിന്നീട് നാട്ടുകാരാരും കണ്ടിട്ടില്ല. അവസാനം പ്രായാധിക്യം കാരണം ആൾ മരിച്ചു പോയിട്ടുണ്ടാവും എന്ന സ്ഥിരീകരണത്തിൽ എല്ലാവരും എത്തിച്ചേർന്നു. ഇതൊരു വേലായുധന്റെ മാത്രം വിശേഷമല്ല, ഭിക്ഷാടനം കുലത്തൊഴിലുപോലെ കൊണ്ടു നടന്നിരുന്ന ശ്രീദേവി അമ്മാത്തിയും നാണിത്തള്ളയും കുറത്തിപ്പാറുവും ഒക്കെ ഇവരിൽ ചിലർ മാത്രം.

കാലം കൽപ്പിച്ചു നൽകിയ നേരിന്റെ അവകാശപത്രം അവരിലുണ്ടായിരുന്നതുകൊണ്ടാവും ഇവരെ പേടിച്ച് നാമാരും ഉമ്മറവാതിലുകളടച്ചിരുന്നില്ല. ഭക്ഷണം കഴിപ്പിക്കാനല്ലാതെ ഇവരുടെ പേര് പറഞ്ഞ് ആരും നമ്മുടെ കുഞ്ഞുങ്ങളെ ഭയപ്പെടുത്തിയിരുന്നുമില്ല.

സ്വന്തം അയൽപക്കക്കാരനെപോലും തിരിച്ചറിയാനാകാത്ത ഇന്നത്തെ സമൂഹത്തിൽ സ്വന്തം നാട്ടുകാർ തുടങ്ങി ബംഗാളികൾ വരെ പലരും നമ്മുടെ ജീവനും സ്വത്തിനും, മാനത്തിനും വില പറയുന്നുവെങ്കിൽ കെട്ടുറപ്പ് നഷ്ടപ്പെട്ട കാലഗതിയെന്നോർത്തു പരിതപിച്ചതു കൊണ്ടായില്ല. പകരം ഒരുമയുടെ ആ പഴയ നാട്ടു ശീലങ്ങളിലേക്ക് സ്വന്തം മനസ്സുകൊണ്ടെങ്കിലും ഒന്നു തിരിച്ചു നടന്നാൽ മതി. ■

പാറേച്ചി

മതിലിനോട് ചേർന്നുള്ള കൽപ്പടവിൽ ചവിട്ടിക്കയറി സ്ഥിരമായി പൂ പൊട്ടിച്ചിരുന്ന ആൾ കുറച്ചായി വരാത്തതുകൊണ്ടാകും തെച്ചി വിടർന്ന് പൂത്ത് ആരെയോ കാത്തെന്ന പോലെ തല കുനിച്ച് നിൽപ്പുണ്ട്. വാരസ്യാരു വഴി ഓർമ്മകളിന്ന് പാറേച്ചിയിലെത്തിയതിനും കാരണം ഈ തെച്ചി കുലകൾ തന്നെ...

കറുത്ത് മെലിഞ്ഞ കൈകളിൽ നിറയെ വളകൾ, ഇടതടവില്ലാതെ മുറുക്കി ചുവപ്പിച്ച ചുണ്ട് കടുത്ത നിറത്തിലുള്ള ബ്ലൗസും. കൈലി മുണ്ടും മേൽ മറയ്ക്കാനൊരു തോർത്ത്, അപൂർവ്വം ചില നേരങ്ങളിൽ സാരിയിലേക്കും സെറ്റുമുണ്ടിലേക്കും വസ്ത്രധാരണം വഴി മാറുന്നതും കാണാം. എതിരേ വരുന്നവരോട് കാര്യം തിരക്കി ധൃതിയിൽ നടന്നു വരുന്ന ആളെ കണ്ടോ, അവരാണ് പാറേച്ചി. വാർദ്ധക്യത്തിന്റെ അവശതകളിൽ ആശുപത്രി മുറിയിലെ ഇരുട്ടിനോട് പരിഭവം പറയുമ്പോൾ വാരസ്യാർക്ക് കൂട്ടിരുന്നത് പാറേച്ചിയാണ്. മക്കളില്ലാത്ത വൃദ്ധദമ്പതികളിലൊരാളുടെ അവസാനദിവസങ്ങളിലും പാറേച്ചിയുണ്ടായിരുന്നു. ഭഗവതിക്ഷേത്രത്തിലെ പറ പുറപ്പെടുമ്പോൾ നെല്ല് ചുമന്നും പാറേച്ചിയെ കാണാം.

നാട്ടിലെ ക്ഷേത്രത്തിലെ പ്രധാന കഴകക്കാരിയായിരുന്ന വാരസ്യാർക്ക് എഴുന്നേറ്റ് നടക്കാൻ വയ്യാതായ കാലമത്രയും ഒരു മകളെപ്പോലെ പരിചരിച്ചതു തൊട്ടാണ് ഞാനിവരെ കേട്ടു തുടങ്ങിയത്. നേരിൽ കാണുമ്പോൾ 'എന്താ കുട്ട്യേ.... വിശേഷം' എന്ന ചോദ്യത്തിൽ തുടങ്ങുന്ന ഒന്നോ രണ്ടോ അന്വേഷണങ്ങളിലൊതുങ്ങുന്നതൊഴിച്ചാൽ, അതിനപ്പുറം പാറേച്ചിയെക്കുറിച്ച് എനിക്കേറെ അറിഞ്ഞുകൂടാ. പക്ഷേ അവരൊരു ജീവിച്ചിരിക്കുന്ന യാഥാർത്ഥ്യമാണ് അധികം പറയാനില്ലാതെ പിന്നെന്തിന് ഇവരെക്കുറിച്ചെഴുതുന്നു എന്ന ചോദ്യത്തിനും കയ്യിലുത്തരമില്ല.

തെച്ചിയും തുളസിയും കൂവളവും മന്ദാരവും തിരക്കി വീടു തോറും കയറി വരാറുള്ള ഇക്കാളി വാരസ്യാരും ആവശ്യത്തിന്

നീണ്ട് തടിച്ച ശരീരത്തോടെ, വൃത്താകൃതിയിലുള്ള മുഖത്ത് വട്ടക്കണ്ണട വെച്ച സരോജിനി അമ്മയും പാറേച്ചിയെ എഴുതാനുള്ള കാരണങ്ങളാണ്. അതിനപ്പുറം എന്റെ നാടിന്റെ ഇടവഴികളിൽ, കാലുഷ്യം കലരാത്ത പുഞ്ചിരിയുമായി നടന്നു നീങ്ങിയ ചിലരിൽ, പാറേച്ചിയും മനസ്സിലൊരിടം പിടിച്ചതുകൊണ്ടുമാകാം... ■

www.ingramcontent.com/pod-product-compliance
Lightning Source LLC
LaVergne TN
LVHW060413051026
849518LV00007B/2523
* 9 7 8 8 1 9 7 3 3 4 2 7 6 *